Dr. Jaerock Lee

Hãy Thức Canh và Cầu Nguyện

URIM BOOKS

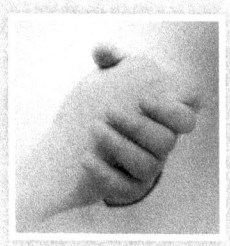

*Kế đó Ngài [Chúa Giê-su] trở lại với môn đồ,
thấy đang ngủ, thì phán cùng Phi-e-rơ,
"Thế thì các ngươi không tỉnh thức với ta trong một giờ được?
Hãy thức canh và cầu nguyện kẻo các ngươi sa vào chước cám dỗ;
tâm thần thì muốn lắm, mà xác thịt thì yếu đuối."*
(Ma-thi-ơ 26:40-41)

Hãy Thức Canh và Cầu Nguyện: giả Tiến Sĩ Jaerock Lee Do Nhà
Sách Urim xuất bản (Người đại diện: Seongnam Vin)
73, Yeouidaebang-ro 22-gil, Dongjak-gu, Seoul, Korea
www.urimbooks.com

Tất cả bản quyền đều được đăng ký. Không được sao chép sách này dưới
bất kỳ hình thức nào khi chưa có sự cho phép của nhà xuất bản.

Trừ khi được đề cập đến, tất cả những phần trích dẫn Kinh Thánh đều
được trích từ Kinh Thánh, bản dịch The Holy Bible in Vietnamese Old
Version (Re-typeset) ®, Copyright © VNM – 2009-25M VNOV 42 –
ISBN 978-1-921445-58-3 bởi United Bible Societies, 1998. Được dùng
dưới sự cho phép.

Bản Quyền © 2018 bởi Tiến Sĩ Jaerock Lee
ISBN: 979-11-263-0426-4   03230
Bản Quyền Dịch Thuật © 2011 bởi Tiến Sĩ Esther K. Chung. Được
phép sử dụng.

Đã được Urim Books xuất bản bằng tiếng Hàn, năm 1992, tại Seoul,
Hàn Quốc

Xuất Bản lần thứ nhất tháng 7 năm 2018

Biên tập bởi Tiến sĩ Geumsun Vin
Thiết kế bởi Ban Biên tập Sách Urim Book
Công ty in ấn Yewon ấn hành
Để biết thêm thông tin: urimbook@hotmail.com

Thông điệp về ấn phẩm

Hãy cầu nguyện luôn, vì đó là mạng lệnh của Đức Chúa Trời đối với mỗi chúng ta. Ngài cũng chỉ dạy bằng nhiều cách để chúng ta hiểu tại sao chúng ta phải cầu nguyện luôn, và cảnh báo rằng nếu không cầu nguyện, chúng ta sẽ sa vào chước cám dỗ.

Đối với một người khỏe mạnh, sự hít thở đều đặn chẳng hề là một công việc khó khăn, cũng giống như vậy đối với một người có đời sống thuộc linh mạnh mẽ, việc sống theo lời Chúa và cầu nguyện luôn là điều tự nhiên và chẳng có gì khó khăn. Ấy là vì người ta càng cầu nguyện bao nhiêu, thì sức khỏe càng thêm hơn và mọi sự đều tốt đẹp với họ, ngay cả linh hồn của họ cũng được sung mãn. Do vậy, chúng ta không thể nào nói hết được tầm quan trọng của sự cầu nguyện.

Một người mà sự sống của mình đã đến hồi kết thúc, thì không thể thở qua lỗ mũi. Đồng thể ấy, một người khi tâm linh đã chết thì không thể có hơi thở thuộc linh được. Nói cách khác, tâm linh của con người đã phải chịu án tử vì cớ tội của A-đam, song những kẻ được Đức Thánh Linh phục hồi tâm linh thì chắc hẳn chẳng bao giờ bỏ qua sự cầu nguyện cho đến chừng nào tâm linh của họ còn sống, như chúng ta không thể nào ngừng thở khi còn đang sống.

Những người vừa mới tin nhận Chúa Giê-su Christ là những người giống như con trẻ. Họ chẳng biết cầu nguyện như thế nào, nên có khuynh hướng cảm thấy chán ngắt với sự cầu nguyện. Dầu vậy, nếu không bỏ cuộc trong việc nương cậy lời Chúa và cứ siêng năng cầu nguyện, tâm linh họ sẽ lớn lên và trở nên mạnh mẽ khi họ cầu nguyện cách sốt sắng. Bấy giờ họ thấy rằng mình không thể sống mà không cầu nguyện.

Sự cầu nguyện không chỉ là hơi thở thuộc linh mà còn là phương tiện tương giao giữa Đức Chúa Trời và con cái Ngài, là phương tiện mà phải luôn luôn ở trạng thái mở. Thực trạng xã hội ngày nay, có nhiều gia đình mà giữa cha mẹ và con cái không còn nói chuyện với nhau nữa, trong những gia đình ấy bi kịch là điều không thể không có. Họ không còn tin nhau nữa, nên mối quan hệ giữa họ chỉ là nghi thức. Tuy nhiên, chẳng có sự gì mà chúng ta không thể thưa cùng Đức Chúa Trời của mình.

Đức Chúa Trời toàn năng là người Cha chu toàn luôn quan tâm đến chúng ta và hiểu chúng ta hơn ai hết, không lúc nào thôi để mắt đoái xem đến chúng ta cách thân tình, và mong muốn chúng ta trò chuyện với Ngài luôn. Vì vậy, đối với hết thảy những kẻ tin, cầu nguyện là chìa khóa để gõ và mở cửa lòng Đức Chúa Trời toàn năng, là khí giới vượt thời gian và không gian. Lẽ nào bạn chưa tận mắt nhìn thấy, hoặc nghe hay kinh nghiệm về vô số những Cơ Đốc Nhân có đời sống được biến đổi và xu hướng lịch sử nhân loại đã được thay đổi nhờ vào quyền phép của sự cầu nguyện hay sao?

Khi hạ mình cầu xin sự vùa giúp của Đức Thánh Linh trong sự cầu nguyện, Đức Chúa Trời sẽ ban cho chúng ta đầy dẫy Thánh Linh, khiến chúng ta có thể hiểu rõ ý chỉ của Ngài để làm theo, và khiến chúng ta có thể thắng hơn kẻ thù ma quỉ và được đắc thắng trong thế gian nầy. Dẫu vậy, khi không nhận được soi dẫn của Đức Thánh Linh do không có sự cầu nguyện, người ta sẽ ngày càng cậy vào ý tưởng và luận thuyết riêng của mình và xem đó là sự ưu tiên hàng đầu, để rồi sống trong sự gian dối và nghịch lại với ý chỉ của Đức Chúa Trời, điều nầy khiến cho anh ta khó nhận được sự cứu rỗi. Vì lẽ đó Cô-lô-se 4:2 dạy rằng, *"Phải bền đỗ và tỉnh thức trong sự cầu nguyện, mà thêm sự tạ ơn vào,"* còn Ma-thi-ơ 26:41 thì dạy rằng, *"Hãy thức canh và cầu nguyện, kẻo các ngươi sa vào chước cám dỗ; tâm thần thì muốn lắm, mà xác thịt thì yếu đuối."*

Lý do khiến Chúa Giê-su, Con một của Đức Chúa Trời, đã có thể hoàn thành mọi công việc của mình theo ý muốn của Đức Chúa Trời ấy là bởi quyền năng của sự cầu nguyện. Trước khi khởi sự công khai chức vụ, Đức Chúa Giê-su của chúng ta đã kiêng ăn và cầu nguyện trong 40 ngày. Điều nầy đã nêu gương một đời sống cầu nguyện. Ngay trong ba năm chức vụ, Ngài đã cầu nguyện bất kỳ lúc nào có thể.

Chúng ta thấy có nhiều Cơ Đốc Nhân nhận biết được tầm quan trọng của sự cầu nguyện, song nhiều người trong họ không được Đức Chúa Trời nhậm lời cầu nguyện vì chẳng biết cầu nguyện như thế nào cho phải lẽ theo ý muốn của Ngài. Tôi rất đau lòng khi được biết có những trường hợp như vậy kéo dài trong một thời gian lâu, song tôi rất vui mừng khi được xuất bản cuốn sách nói về sự cầu nguyện dựa trên những kinh nghiệm trực tiếp của 20 năm chức vụ.

Trong danh Chúa tôi dâng lời cầu nguyện với hy vọng rằng, quyển sách nhỏ nầy sẽ giúp ích thật nhiều cho hết thảy bạn đọc trong việc gặp gỡ và kinh nghiệm Đức Chúa Trời, để có một cuộc sống cầu nguyện đầy quyền năng. Nguyện mỗi bạn đọc đều tỉnh thức và cầu nguyện luôn hầu cho sức lực chúng ta thêm tráng kiện cùng với mọi sự tốt đẹp cũng như linh hồn được sung mãn!

Jaerock Lee

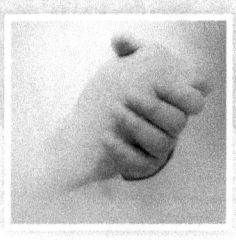

Nội dung
Hãy Thức Canh và Cầu Nguyện

Thông điệp về ấn phẩm

Chương 1
Hãy Cầu Xin, Tìm Kiếm, và Gõ Cửa 1

Chương 2
Hãy Tin Đã Được 21

Chương 3
Sự Cầu Nguyện Đẹp Ý Đức Chúa Trời 35

Chương 4
Hầu Cho các ngươi Không sa vào chước cám dỗ 59

Chương 5
Lời Cầu Nguyện Linh Nghiệm của Người Công Bình 75

Chương 6
Nếu Hai người Trong Các Ngươi Thuận Ý nhau
ở Dưới Đất 89

Chương 7
Phải Cầu Nguyện Luôn, Chớ Hề Mỏi Mệt 105

Chương 1

Hãy Cầu Xin, Tìm Kiếm, và Gõ Cửa

"Hãy xin, sẽ được; hãy tìm sẽ gặp; hãy gõ cửa, sẽ mở cho.
Bởi vì, hễ ai xin thì được, ai tìm thì gặp, ai gõ cửa thì được mở.
Trong các ngươi có ai, khi con mình xin bánh,
mà cho đá chăng? Hay là con mình xin cá, mà cho rắn chăng?
Vậy nếu các ngươi vốn là xấu,
còn biết cho con cái mình các vật tốt thay,
huống chi Cha các ngươi ở trên trời lại chẳng ban
các vật tốt cho những người xin Ngài sao!"

Ma-thi-ơ 7:7-11

1. Đức Chúa Trời Ban Các Vật Tốt Cho Những Ai Cầu Xin Ngài

Đức Chúa Trời chẳng hề muốn con cái mình phải chịu khốn khổ bởi nghèo khó và bệnh tật, song Ngài mong muốn mọi sự trong đời sống chúng đều tốt đẹp. Tuy vậy, nếu chỉ biếng nhác ngồi chơi mà chẳng muốn đụng đến công việc, chúng ta sẽ gặt lấy sự hư giả. Mặc dù Đức Chúa Trời có thể ban cho chúng ta mọi thứ vì muôn vật trong vũ trụ nầy đều thuộc về Ngài, nhưng Ngài mong muốn con cái mình cầu xin, tìm kiếm để tự mình đạt được như chính câu cổ ngữ nói rằng, "Con có khóc thì mẹ mới cho bú."

Nếu có một người lười biếng mà muốn có mọi sự, thì anh ta chẳng khác gì những cỏ hoa được trồng trong vườn. Những người làm cha mẹ sẽ đau lòng biết bao nếu như con cái họ hành xử giống như những cây cỏ cứ đứng thừ ra đó, suốt ngày chỉ biết nằm trên giường chẳng hề biết tự làm việc gì để sống? Cách cư xử như vậy chẳng khác gì anh chàng lười nhác kia cứ suốt ngày nằm ngửa há miệng chờ sung rụng.

Đức Chúa Trời mong muốn chúng ta trở nên những con cái siêng năng của Ngài là những kẻ sốt sắng cầu xin, tìm kiếm, và gõ cửa, để nhờ đó mà vui hưởng những ơn phước của Ngài mà dâng vinh hiển lên cho Đức Chúa Trời. Đúng như Ngài đã phán dạy chúng ta rằng: Hãy cầu xin, tìm kiếm và gõ cửa. Chẳng có cha mẹ nào lại lấy đá đem cho con cái mình khi chúng xin bánh. Chẳng có cha mẹ nào lại lấy rắn đem cho con cái mình khi chúng xin cá. Cho dù những kẻ làm cha mẹ là những kẻ xấu, lại cũng muốn cho con cái mình những vật tốt. Lẽ nào chúng ta không nghĩ rằng Đức Chúa Trời của chúng ta – Đấng yêu thương chúng ta đến nỗi đã ban Con độc sanh của mình để chết thay cho chúng ta – lại chẳng ban cho con cái mình những vật tốt khi chúng cầu xin Ngài hay sao?

Trong Giăng 15:16 Chúa Giê-su phán cùng chúng ta rằng, *"Ấy chẳng phải các ngươi đã chọn ta, bèn là ta đã chọn và lập các ngươi, để các ngươi đi và kết quả, hầu cho trái các ngươi thường đậu luôn; lại cũng cho mọi điều các ngươi đã nhân danh ta mà cầu xin Cha, thì Ngài ban cho các ngươi."* Đây là lời hứa trọng thể của Đức Chúa Trời toàn năng và yêu thương khi chúng ta sốt sắng cầu xin, tìm kiếm và gõ cửa, Ngài sẽ mở các cửa thiên đàng mà ban phước trên chúng ta, thậm chí còn làm thành cả những điều lòng chúng ta ao ước.

Với phân đoạn mà chương sách nầy lấy làm nền tảng, chúng ta hãy cùng nhau học biết cách cầu xin, tìm kiếm, và gõ cửa để có thể nhận lãnh những điều mình cầu xin từ Đức Chúa Trời hầu cho ấy là sự vinh hiển lớn của Ngài và là niềm vui sướng lớn đối với chúng ta.

2. Hãy Xin Sẽ Được

Đức Chúa Trời phán dạy cùng hết thảy mọi người rằng, "Hãy xin sẽ được," Ngài mong muốn mọi người đều được phước và nhận lãnh được mọi thứ mà họ cầu xin. Vậy, Ngài phán dạy chúng ta hãy cầu xin điều gì?

1) Cầu Xin Sức Lực từ Đức Chúa Trời và Được Nhìn Thấy Ngài

Sau khi dựng nên trời và đất, Đức Chúa Trời tạo dựng nên loài người. Kế đến, Ngài ban phước và phán cùng loài người hãy sinh sản thêm nhiều, làm đầy dẫy đất, chinh phục lấy nó, và quản trị loài cá dưới biển, loài chim trên trời cùng mọi vật sống động trên đất.

Dẫu vậy, sau khi con người đầu tiên là A-đam bất tuân Lời Đức Chúa Trời, người đã đánh mất những ơn phước ấy, nên khi nghe tiếng Đức Chúa Trời thì tìm cách trốn khỏi mặt Ngài (Sáng Thế Ký 3:8). Thêm vào đó, loài người khi đã trở nên tội nhân thì cũng trở nên xa lạ với Đức Chúa Trời và bị đùa vào con đường hủy diệt khi làm tôi mọi cho kẻ thù là ma quỉ.

Đức Chúa Trời của tình yêu thương đã sai chính Con của Ngài là Đức Chúa Giê-su Christ đến thế gian để cứu những kẻ có tội nầy, và đã mở ra cho họ một con đường cứu rỗi. Để rồi hễ ai tin nhận Đức Chúa Giê-su Christ làm Cứu Chúa của mình và tin Danh Ngài, Đức Chúa Trời sẽ tha hết mọi tội của người và ban cho họ ân tứ Thánh Linh.

Vả lại, đức tin nơi Đấng Christ đưa chúng ta đến sự cứu rỗi và khiến chúng ta có thể nhận lấy sức lực từ Đức Chúa Trời. Chỉ khi Đức Chúa Trời ban cho chúng ta sức lực và quyền phép, chúng ta có thể thành công trong đời sống tin kính. Nói cách khác, chỉ bởi ân điển và sức lực từ nơi cao, chúng ta mới có thể thắng hơn thế gian và sống theo Lời Đức Chúa Trời. Vậy nên chúng ta cần có quyền phép của Ngài để đánh bại ma quỉ.

Thi Thiên 105:4 dạy chúng ta rằng, *"Hãy cầu Đức Giê-hô-va và quyền phép Ngài, hãy tìm kiếm mặt Ngài luôn luôn."* Đức Chúa Trời chúng ta phán rằng *"TA LÀ ĐẤNG TỰ HỮU HẰNG HỮU"* (Xuất Ê-díp-tô 3:14), Đấng dựng nên trời và đất (Sáng Thế Ký 2:4), và là Đấng cầm quyền trên toàn bộ lịch sử và hết thảy mọi sự trong trời đất từ lúc khởi nguyên cho đến đời đời. Đức Chúa Trời là Ngôi Lời và chính bởi Ngôi Lời, Ngài đã tạo dựng nên muôn loài vạn vật trong vũ trụ, do vậy, Lời Ngài là quyền phép. Vì lời của con người luôn thay đổi, chúng chẳng đem lại quyền năng sáng tạo hay khiến cho sự việc xảy đến. Chẳng như lời của con người là lời giả dối và hay thay đổi, Lời Đức Chúa Trời là lời hằng sống và đầy quyền phép, là lời có thể mang lại sự sáng tạo.

Thế nên, bất luận là một người có ít năng lực đến thế nào, nếu người ấy nghe và tin Lời hằng sống của Đức Chúa Trời mà chẳng hề có sự nghi ngờ nào, thì người ấy cũng có thể mang lại những công việc mang tính sáng tạo, có nghĩa rằng tạo nên sự vật từ con số không. Nếu người ta không có đức tin vào Lời Đức Chúa Trời, thì việc sáng tạo nên sự vật từ con số không là điều không thể. Vì thế, Đức Chúa Giê-su đã công bố với hết thảy những người đến trước Ngài mà rằng, *"Theo như đức tin của ngươi thì mọi sự sẽ được thành như vậy"* (Ma-thi-ơ 8:13). Tóm lại, hãy cầu xin sức lực từ Đức Chúa Trời cũng giống như cầu xin Ngài ban đức tin cho chúng ta.

Vậy, "hãy tìm kiếm mặt Ngài luôn luôn" có ý nghĩa gì? Cũng giống như chúng ta không thể nói rằng mình "biết" ai đó mà chưa hề nhìn thấy mặt người ấy, "tìm kiếm mặt Ngài" nói đến sự cố gắng của chúng ta trong việc tìm hiểu để biết "Đức Chúa Trời là ai." Điều nầy nói rằng những kẻ trước đây lánh mặt Đức Chúa Trời và không muốn nghe tiếng Ngài, bấy giờ đang mở lòng mình ra, tìm hiểu về Đức Chúa Trời, và cố gắng để nghe tiếng Ngài. Một kẻ có tội thì không thể ngẩng đầu mà chỉ cố tìm cách tránh khỏi cái nhìn của người khác. Tuy thế, một khi anh ta được tha thứ, thì có thể ngước mặt lên mà nhìn mọi người.

Cũng giống như vậy, hết thảy loài người đều là tội nhân bởi sự bất tuân Lời Chúa, nhưng nếu bởi sự tin nhận Đức Chúa Giê-su Christ mà được tha tội và bởi việc nhận lãnh Thánh Linh mà trở nên con cái Đức Chúa Trời, bấy giờ chính người ta có thể nhìn thấy Đức Chúa Trời là Đấng ở trong sự sáng, vì người ta đã được xưng công bình bởi sự công chính của Đức Chúa Trời.

Điều vô cùng quan trọng mà Đức Chúa Trời đã phán bảo cùng hết thảy chúng ta, ấy là hãy "cầu xin để được nhìn thấy mặt Ngài." Vì Ngài muốn mỗi một người trong chúng ta – những tội nhân được làm hòa với Đức Chúa Trời và nhận lãnh Đức Thánh Linh qua sự cầu xin để được nhìn thấy Đức Chúa Trời, để trở nên con cái của Ngài là kẻ có thể đến trước trước Ngài mặt đối mặt. Khi một người được trở nên con cái của Đức Chúa Trời là Đấng Tạo Hóa, người ấy sẽ được nhận lãnh nước thiên đàng và sự sống đời đời cùng sự hạnh phúc, là điều mà chẳng có phước hạnh nào có thể ví sánh được.

2) Cầu Xin Sự Hoàn Thành Nước Đức Chúa Trời và Sự Công Chính Ngài

Một người được nhận lãnh Đức Thánh Linh và trở thành con cái của Đức Chúa Trời thì có thể sống một đời sống mới, vì người ấy đã được tái sinh bởi Đức Thánh Linh. Đức Chúa Trời là Đấng xem một linh hồn được cứu quý hơn cả trời và đất phán dạy cùng con cái Ngài rằng, trên hết mọi sự hãy cầu xin để làm trọn nước và sự công chính Ngài (Ma-thi-ơ 6:33).

Trong Ma-thi-ơ 6:25-33, Đức Chúa Giê-su phán dạy cùng chúng ta rằng:

> *Vậy nên ta phán cùng các ngươi rằng: Đừng vì sự sống mình mà lo đồ ăn uống; cũng đừng vì thân thể*

mình mà lo đồ mặc. Sự sống há chẳng quí trọng hơn đồ ăn sao, thân thể há chẳng quí trọng hơn quần áo sao? Hãy xem loài chim trời: Chẳng có gieo, gặt, cũng chẳng có thâu trữ vào kho tàng, mà Cha các ngươi trên trời nuôi nó. Các ngươi há chẳng phải là quí trọng hơn loài chim sao? Vả lại, có ai trong vòng các ngươi lo lắng mà làm cho đời mình dài thêm một khắc không? Còn về phần quần áo, các ngươi lại lo lắng mà làm chi? Hãy ngắm xem những hoa huệ ngoài đồng mọc lên như thể nào; chẳng làm khó nhọc, cũng không kéo chỉ; nhưng ta phán cùng các ngươi, dẫu vua Sa-lô-môn sang trọng đến đâu, cũng không được mặc áo tốt như một loài nào trong giống đó. Hỡi kẻ ít đức tin, loài cỏ ngoài đồng, là giống nay còn sống, mai bỏ vào lò, mà Đức Chúa Trời còn cho nó mặc đẹp thể ấy thay, huống chi là các ngươi! Ấy vậy, các ngươi chớ lo lắng mà nói rằng: Chúng ta sẽ ăn gì? Uống gì? Mặc gì? Vì mọi điều đó, các dân ngoại vẫn thường tìm, và Cha các ngươi ở trên trời vốn biết các ngươi cần dùng những điều đó rồi. Nhưng trước hết, hãy tìm kiếm nước Đức Chúa Trời và sự công bình của Ngài, thì Ngài sẽ cho thêm các ngươi mọi điều ấy nữa.

Vậy "Tìm kiếm nước Đức Chúa Trời" và "sự công bình của Ngài" có nghĩa là gì? Hay nói cách khác, chúng ta nên cầu xin gì để hoàn thành nước Đức Chúa Trời và sự công bình của Ngài?

Đối với loài người là những kẻ đã từng làm tôi mọi cho kẻ thù là ma quỉ và phải chịu định trước cho sự hủy diệt, Đức Chúa Trời đã sai Con một của Ngài là Chúa Giê-su đến thế gian và để cho Ngài chết trên thập tự giá. Qua Chúa Giê-su Christ, Đức Chúa Trời cũng đã phục hồi lại thẩm quyền mà chúng ta đã đánh mất và cho phép chúng ta bước đi trên con đường cứu rỗi. Chúng ta càng rao truyền tin tức về Chúa Giê-su Christ là Đấng đã chết vì chúng ta và đã sống lại, thì quyền lực của Sa-tan càng thêm bị phá đổ. Quyền lực của Sa-tan càng bị phá đổ bao nhiêu, thì càng có thêm nhiều linh hồn hư mất đến với sự cứu rỗi bấy nhiêu. Càng có nhiều linh hồn hư mất đến với sự cứu rỗi bao nhiêu, thì nước Đức Chúa Trời sẽ càng được mở rộng thêm bấy nhiêu. Vậy, "Tìm kiếm nước Đức Chúa Trời" là nói đến sự cầu nguyện cho công việc cứu rỗi linh hồn hay sứ mệnh truyền bá phúc âm cho thế gian, hầu cho hết thảy mọi người đều có thể trở thành con cái của Đức Chúa Trời.

Chúng ta từng sống trong sự tối tăm, tội lỗi và gian ác, song qua Chúa Giê-su Christ, chúng ta được ban cho quyền phép để đến trước Đức Chúa Trời là Đấng ở trong sự sáng. Vì Đức Chúa Trời là Đấng ngự trong sự nhân lành, công chính và trong sự sáng, với tội lỗi và gian ác chúng ta không thể đến trước Đức Chúa Trời và cũng chẳng thể trở nên con cái Ngài.

Thế thì, "tìm kiếm sự công bình của Đức Chúa Trời" là nói đến sự cầu nguyện cho tâm linh chết của con người được sống lại, linh hồn con người được thịnh vượng và trở nên công bình bởi việc sống theo lời Chúa. Chúng ta phải cầu xin Đức Chúa Trời cho chúng ta biết nghe và được khai sáng bởi lời ngài, ra khỏi tội lỗi và sự tối tăm, để bước vào sự sáng, và noi theo sự thánh khiết của Chúa để được nên thánh.

Theo mong muốn của Đức Thánh Linh mà quăng xa những công việc của xác thịt để được nên thánh bởi việc sống theo lẽ thật và làm trọn sự công chính của Đức Chúa Trời. Vả lại, khi chúng ta cầu xin để làm trọn sự công chính của Đức Chúa Trời thì sức khỏe chúng ta sẽ được thêm lên và mọi sự đều có thể tốt đẹp, ngay cả linh hồn chúng ta cũng được thạnh vượng (3 Giăng 1:2). Bởi vậy, Đức Chúa Trời phán cùng chúng ta rằng trước hết hãy cầu xin để hoàn thành nước Đức Chúa Trời và sự công bình của Ngài, và cũng có lời hứa rằng, bấy giờ mọi sự chúng ta cầu xin đều sẽ được ban cho.

3) Cầu Xin để Trở Thành Người Làm Công của Ngài và Thực Hiện Những Trách Nhiệm mà Đức Chúa Trời Giao Phó Cho

Nếu muốn cầu xin để hoàn thành nước Đức Chúa Trời và sự công bình của Ngài, chúng ta phải cầu nguyện để trở thành người làm công của Ngài. Nếu chúng ta đã trở thành người làm công của Ngài rồi, chúng ta phải hết lòng cầu nguyện để thực hiện những trách nhiệm được giao cho bởi Ngài. Đức Chúa Trời sẽ ban thưởng cho những kẻ tìm kiếm Ngài hết lòng

(Hê-bơ-rơ 11:6) và Ngài sẽ đem phần thưởng đến mà trả cho mỗi người tùy theo công việc họ đã làm (Khải Huyền 22:12).

Trong Khải Huyền 2:10, Chúa Giê-su phán cùng chúng ta rằng, *"Khá giữ trung tín cho đến chết, rồi ta sẽ ban cho ngươi mão triều thiên của sự sống."* Ngay cả ở đời nầy, khi học hành siêng năng, học sinh có thể nhận được học bổng và được vào một trường đại học tốt. Nhờ chăm chỉ với công việc, người ta có thể được thăng tiến cùng với sự ưu đãi và lương cao.

Đồng thể ấy, khi con cái Đức Chúa Trời trung tín với công việc được Ngài giao cho, thì chúng sẽ được giao cho những trách nhiệm lớn hơn cùng những phần thưởng lớn hơn. Những phần thưởng của đời nầy chẳng xứng đáng gì so với những phần thưởng trên thiên đàng cả về mặt tầm cỡ hay sự vinh hiển. Vậy nên, mỗi người trong chúng ta phải sốt sắng trong đức tin và cầu nguyện để trở nên người làm công quý báu của Đức Chúa Trời.

Nếu người ta chưa nhận được nhiệm vụ được giao bởi Đức Chúa Trời, người ấy phải cầu nguyện để trở nên người làm công cho nước Đức Chúa Trời. Nếu đã nhận lãnh nhiệm vụ rồi, người ấy phải cầu nguyện để thực hiện tốt công việc đó và hướng đến nhiệm vụ lớn lao hơn. Một người chưa có chức vụ phải cầu nguyện để trở thành một chấp sự, trong khi đó một chấp sự phải cầu nguyện để trở thành một trưởng lão. Một lãnh đạo của nhóm tế bào phải cầu nguyện để trở thành một thuộc cấp của lãnh đạo giáo khu, một thuộc cấp của lãnh đạo giáo khu trở lãnh đạo một giáo khu, và lãnh đạo giáo khu vương lên cao hơn vị trí đó.

Điều nầy không có nghĩa rằng chúng ta nên cầu xin chức danh của một trưởng lão hay một chấp sự. Nó đề cập đến ước muốn được trung tín với nhiệm vụ của mình, để cố gắng hết mình vì những công việc ấy, để phục vụ và được Đức Chúa Trời sử dụng cách lớn lao hơn.

Điều quan trọng nhất đối với người được Chúa giao cho trách nhiệm ấy là sự trung tín mà nhờ đó người ấy có thể vượt qua chính mình để thực hiện những trách nhiệm quan trọng hơn điều mà anh ta đang thực hiện. Vì điều nầy, anh ta phải cầu nguyện để Đức Chúa Trời có thể khen ngợi anh ta mà rằng, "Giỏi lắm, hỡi đầy tớ ngay lành và trung tín!"

1 Cô-rinh-tô 4:2 cho chúng ta biết rằng, *"Vả lại, cái điều người ta trông mong ở người quản trị là phải trung thành."* Vậy nên, mỗi một chúng ta phải cầu nguyện để trở nên người làm công trung tín tại hội thánh mình, thân thể Đấng Christ" và trong những chức vụ khác nhau của chúng ta.

4) Cầu Xin Vật Thực Hàng Ngày

Để cứu loài người ra khỏi sự nghèo khổ, Chúa Giê-su đã sinh ra trong cảnh nghèo nàn. Để chữa lành mọi bệnh tật và sự yếu đuối, Chúa Giê-su đã phải chịu đòn roi và đổ huyết. Bởi vậy, đối với con cái của Đức Chúa Trời, vui hưởng sự sống dư dật và khỏe mạnh cùng mọi sự tốt đẹp khác trong đời sống mình là lẽ đương nhiên.

Khi chúng ta trước hết cầu xin để hoàn thành nước và sự công chính của Đức Chúa Trời, thì Ngài phán rằng mọi sự ấy cũng sẽ được ban cho chúng ta (Ma-thi-ơ 6:33). Nói cách khác, sau khi cầu xin để hoàn thành nước và sự công chính của Đức Chúa Trời, chúng ta phải cầu xin những thứ cần thiết cho sự sống đời nầy, như vật thực, quần áo, chỗ ở, công việc, những phước hạnh trong công việc, hạnh phúc gia đình, và những thứ tương tự. Đức Chúa Trời bấy giờ sẽ làm cho chúng ta được thỏa mãn như chính Ngài đã hứa. Hãy ghi nhớ rằng nếu cầu xin những điều ấy vì tư dục của mình mà chẳng phải vì sự vinh hiển của Đức Chúa Trời, thì Ngài sẽ chẳng nhậm lời cầu nguyện của chúng ta. Sự cầu nguyện bởi tư dục tội lỗi sẽ chẳng có can hệ gì với Đức Chúa Trời.

3. Hãy Tìm Sẽ Gặp

Nếu chúng ta đang tìm kiếm, thì có nghĩa rằng chúng ta đã đánh mất một vật gì. Đức Chúa Trời mong muốn con người có được "thứ" mà họ đã đánh mất. Vì ngài phán cùng chúng ta rằng, hãy tìm, chúng ta phải xác định được mình đã mất gì hầu cho chúng ta có thể tìm lại "thứ" mà chúng ta đã mất. Chúng ta cũng phải hình dung ra cách mà chúng ta phải tìm kiếm như thế nào.

Vậy, chúng ta đã mất gì và "tìm" thứ đó như thế nào?

Con người đầu tiên mà Đức Chúa Trời đã tạo dựng nên là một loài có sinh linh gồm linh, hồn và thể xác. Vì Đức Chúa Trời là Thần, nên với tư cách là một loài có sinh linh, con người có thể tương giao với Ngài, con người đầu tiên đã vui hưởng được mọi phước hạnh mà Đức Chúa Trời đã ban cho và sống bởi Lời Ngài.

Thế nhưng, sau khi bị Sa-tan cám dỗ, con người đầu tiên ấy đã bất tuân mạng lệnh của Đức Chúa Trời. Trong Sáng Thế Ký 2:16-17 có chép, *"Giê-hô-va Đức Chúa Trời phán dạy rằng: 'Ngươi được tự do ăn hoa quả các thứ cây trong vườn; nhưng về cây biết điều thiện và điều ác thì chớ hề ăn đến; vì một mai ngươi ăn, chắc sẽ chết.'"*

Cho dù trọn phận sự của con người ấy là kính sợ Đức Chúa Trời và giữ các điều răn Ngài (Truyền Đạo 12:13), con người đầu tiên được tạo dựng nên đã không giữ được điều răn của Đức Chúa Trời. Cuối cùng, như Đức Chúa Trời đã cảnh báo, sau khi con người ăn cây biết điều thiện và điều ác, phần tâm linh trong người đã bị chết và con người bấy giờ chỉ còn lại phần xác và hồn, không còn có thể tương giao với Đức Chúa Trời được nữa. Thêm vào đó, tâm linh hết thảy hậu tự của người đều bị chết và trở thành con người xác thịt, không còn giữ trọn phận sự của mình được nữa. A-đam đã bị đuổi khỏi vườn Ê-đen và phải đến sống trên đất bị rủa sả. Người cùng hết thảy những thế hệ tiếp theo đã phải sống trong giữa những sầu thảm, đau đớn, bệnh tật và chỉ khi đổ mồ hôi trán thì mới có cái để ăn. Và lại, khi theo đuổi những thứ hư không theo ý tưởng của mình, họ đã trở nên hư đốn và chẳng còn sống trong thái độ xứng đáng với mục đích mà Đức Chúa Trời đã tạo dựng nên.

Để một con người có tâm linh đã chết và chỉ còn lại phần hồn và xác được sống trở lại trong thái độ xứng đáng với mục đích mà Đức Chúa Trời đã tạo dựng, người đó cần phải được phục hồi phần tâm linh đã bị hư mất. Chỉ khi phần tâm linh đã chết trong người được hồi sinh, thì người ấy mới trở nên một con người có tâm linh, và tương giao được với Đức Chúa Trời là Đấng Thần Linh, và mới có thể nên một con người đích thực. Đây là lý do mà Đức Chúa Trời phán bảo chúng ta hãy tìm kiếm phần tâm linh đã mất.

Đức Chúa Trời đã mở ra cho hết thảy mọi người một con đường để làm sống lại phần tâm linh đã chết của mình, con đường ấy chính là Chúa Giê-su Christ. Khi tin Chúa Giê-su Christ, như Đức Chúa Trời đã hứa, chúng ta sẽ nhận lãnh được Đức Thánh Linh và Đức Thánh Linh sẽ đến ngự trong để đem lại sự sống cho tâm linh đã chết của chúng ta. Khi tìm kiếm Đức Chúa Trời và tin Chúa Giê-su Christ sau khi nghe tiếng Ngài gõ vào cửa lòng mình, Đức Thánh Linh sẽ đến và khai sáng cho tâm linh chúng ta (Giăng 3:6). Khi chúng ta sống trong sự vâng phục Đức Thánh Linh, quăng xa những công việc của xác thịt, sốt sắng lắng nghe, làm theo, lấy làm linh lương, và cầu nguyện trên lời của Đức Chúa Trời, bởi sự vùa giúp của Ngài, chúng ta sẽ có thể sống theo Lời Đức Chúa Trời. Đây là tiến trình để tâm linh đã chết được hồi sinh để người ta trở thành một con người thuộc linh và phục hồi ảnh tượng đã mất của Đức Chúa Trời.

Khi muốn ăn lòng đỏ đầy bổ dưỡng của một quả trứng, trước hết chúng ta phải đập vỡ vỏ trứng và bỏ lòng trắng. Tương tự như vậy, để một cá nhân trở thành một con người thuộc linh, người ấy phải quăng xa công việc xác thịt của mình và phải nhờ Đức Thánh Linh mà làm sống lại tâm linh của mình. Ấy là sự "tìm kiếm" điều mà Đức Chúa Trời đã nói.

Giả sử toàn bộ hệ thống điện trên thế giới nầy đều bị ngừng hoạt động, không một chuyên gia nào một mình có thể phục hồi được. Phải cần một thời gian khá lâu để giới chuyên môn có thể sai phái thợ điện ra đi và sản xuất những bộ phận cần thiết cho công việc phục hồi điện khắp mọi nơi trên thế giới.

Cũng vậy, để làm sống lại tâm linh đã chết và trở nên con người thánh khiết trọn vẹn, người ta cần phải nghe và hiểu biết Lời Đức Chúa Trời. Song, chỉ việc biết Lời Chúa thôi thì không đủ để khiến người đó trở thành con người thuộc linh, mà phải lấy làm vật thực, sốt sắng làm theo, và cầu nguyện trên Lời Chúa để nhờ đó anh ta có thể sống bởi Lời Đức Chúa Trời.

4. Hãy Gõ Cửa Thì Sẽ Được Mở Cho

"Cửa" mà Đức Chúa Trời nói đến là cánh cửa lời hứa mà khi

chúng ta gõ vào nó thì sẽ được mở ra. Đức Chúa Trời đã bảo chúng ta gõ vào cánh cửa nào? Ấy là cửa đến với tấm lòng của Đức Chúa Trời.

Trước khi chúng ta gõ vào cánh cửa đến với tấm lòng của Đức Chúa Trời, thì Ngài đã gõ vào cửa lòng chúng ta trước (Khải Huyền 3:20). Nhờ đó chúng ta đã mở cửa lòng mình và tin nhận Chúa Giê-su Christ. Bấy giờ, đến lượt chúng ta gõ vào cánh cửa lòng Ngài. Vì lòng Đức Chúa Trời chúng ta rộng hơn các tầng trời, sâu hơn đại dương, nên khi gõ vào tấm lòng vô biên của Ngài chúng ta có thể nhận được mọi thứ.

Khi chúng ta cầu nguyện và gõ vào cửa lòng Đức Chúa Trời, Ngài sẽ mở cửa thiên đàng mà đổ báu vật trên chúng ta. Khi Đức Chúa Trời mở thì không ai có thể đóng, và khi Ngài đóng thì không ai có thể mở, mở các cửa thiên đàng và tuyên bố ban phước cho chúng ta, không ai có thể ngăn cản nổi Ngài và phước hạnh ngập tràn (Khải Huyền 3:7).

Chúng ta có thể được Đức Chúa Trời đáp lời khi chúng ta gõ vào cửa lòng Ngài. Song, người ta có thể nhận lãnh được ơn phước lớn hay ơn phước nhỏ là tùy vào mức độ mà họ đã gõ vào cửa ấy. Nếu muốn nhận được phước lớn, các cửa thiên đàng phải được rộng mở. Do vậy, người ta càng cần phải gõ vào cửa lòng Đức Chúa Trời một cách sốt sắng hơn và làm đẹp ý Ngài.

Vì Đức Chúa Trời lấy làm đẹp lòng và vui mừng khi chúng ta quăng xa điều ác và làm theo những điều răn của Ngài trong lẽ thật. Nếu sống theo Lời Đức Chúa Trời, chúng ta có thể nhận được bất kỳ sự gì mình cầu xin. Nói cách khác, "Gõ vào cửa lòng

Đức Chúa Trời" là nói đến sống theo các điều răn của Ngài.

Khi sốt sắng gõ vào cửa lòng Ngài, Đức Chúa Trời sẽ chẳng bao giờ quở trách chúng ta mà rằng, "Cớ sao ngươi gây ồn ào quá vậy"? Hoàn toàn không. Đức Chúa Trời sẽ rất đỗi vui mừng và mong muốn ban cho chúng ta những gì chúng ta cầu xin. Vậy nên, tôi hy vọng anh chị em sẽ gõ vào cửa lòng Đức Chúa Trời bằng những việc làm của mình, để nhận lãnh mọi sự mình cầu xin, để dâng vinh hiển lớn lên cho Ngài.

Có bao giờ bạn sử dụng ná để bắn chim chưa? Tôi nhớ đã có lần nghe một trong những người bạn của cha tôi khen tôi về sự khéo léo trong việc làm ná. Ná là một công cụ được làm theo cách thủ công bằng cách đục, chạm một mẫu gỗ để bắn một hòn đá từ dây cao su được buộc vào mẫu gỗ hình chữ Y.

Giá như tôi ví sánh cái ná với phân đoạn Kinh Thánh trong Ma-thi-ơ 7:7-11, "cầu xin" là nói đến việc tìm kiếm một cái ná và một hòn đá để bắt một con chim. Bấy giờ chúng ta cần trang bị cho mình khả năng để có thể sử dụng ná thật tốt. Cái ná và hòn đá có ích gì nếu chúng ta chẳng biết bắn như thế nào? Chúng ta cần xác định mục tiêu, tự làm quen với những đặc điểm của ná, tập bắn vào mục tiêu, để từ đó đưa ra quyết định và hiểu được cách tốt nhất để bắn được chim. Tiến trình nầy tương tự với sự "cầu xin." Nhờ việc đọc, làm theo, và lấy Lời Đức Chúa Trời làm vật thực, với tư cách là con cái của Đức Chúa Trời, chúng ta phải trang bị cho mình những phẩm cách để nhận được sự đáp lời của Ngài.

Nếu tự trang bị cho mình khả năng sử dụng ná và bắn giỏi, bấy giờ chúng ta phải thực hiện cú bắn và điều nầy có thể so sánh với hành động "gõ." Cho dù cái ná và hòn đá đã được chuẩn bị sẵn sàng, cũng như chúng ta đã được trang bị tốt kỹ năng bắn, song nếu chúng ta không thực hiện cú bắn, thì chúng ta chẳng thể nào bắt được chim. Nói cách khác, chỉ khi chúng ta sống bởi Lời Đức Chúa Trời là thứ mà chúng ta đã lấy làm vật thực trong lòng mình, chúng ta sẽ nhận lãnh được những gì mình cầu xin Ngài.

Cầu xin, tìm kiếm, và gõ cửa không phải là những tiến trình riêng lẻ mà là đan xen vào nhau. Bấy giờ chúng ta biết cầu xin điều gì, tìm kiếm điều gì, và gõ vào cái gì. Nguyện anh chị em dâng vinh hiển lớn lên cho Đức Chúa Trời với tư cách con cái phước hạnh của Ngài khi chúng ta được Chúa làm thành những gì lòng mình ao ước bởi việc siêng năng và sốt sắng cầu xin, tìm kiếm, và gõ cửa, trong danh Chúa chúng ta tôi dâng lời cầu nguyện!

Chương 2

―❦❧―

Hãy Tin Đã Được

Quả thật ta nói cùng các ngươi,
ai sẽ biểu hòn núi nầy rằng:
'Phải cất mình lên, và quăng xuống biển,'
nếu ngươi chẳng nghi ngại trong lòng,
nhưng tin chắc lời mình nói sẽ ứng nghiệm,
thì điều đó sẽ thành cho.
Bởi vậy ta nói cùng các ngươi,
mọi điều các ngươi xin trong lúc cầu nguyện,
hãy tin đã được, tất điều đó sẽ ban cho các ngươi.

Mác 11:23-24

1. Quyền Phép Lớn của Đức Tin

Một ngày nọ, các môn đệ Chúa Giê-su đi theo Ngài nghe Thầy mình phán cùng cây vả không trái rằng, *"Mầy chẳng khi nào sanh ra trái nữa!"* (Ma-thi-ơ 21:19) Khi họ thấy cây vả đó khô héo đến tận gốc, thì kinh ngạc lắm và thắc mắc về sự đó. Đức Chúa Giê-su đáp rằng, *"Quả thật, ta nói cùng các ngươi, nếu các ngươi có đức tin, và không nghi ngờ chi hết, thì chẳng những các ngươi làm được điều cho cây vả mà thôi, song dầu các ngươi biểu hòn núi nầy rằng: Hãy cất mình lên và quăng xuống biển, điều đó cũng sẽ làm được"* (Ma-thi-ơ 21:21).

Đức Chúa Giê-su cũng phán hứa cùng chúng ta rằng, *"Quả thật, quả thật, ta nói cùng các ngươi, kẻ nào tin ta, cũng sẽ làm việc ta làm; lại cũng làm việc lớn hơn nữa, vì ta đi về cùng Cha. Các ngươi nhân danh ta mà cầu xin điều chi mặc dầu, ta sẽ làm cho, để Cha được sáng danh nơi Con. Nếu các ngươi nhân danh ta xin điều chi, ta sẽ làm cho"* (Giăng 14:12-14), và *"Ví bằng các ngươi cứ ở trong ta, và những lời ta ở trong các ngươi, hãy cầu xin mọi điều mình muốn, thì sẽ được điều đó. Nầy, Cha ta sẽ được sáng danh là thể nào; ấy là các ngươi được kết nhiều quả, và như thế chứng tỏ là môn đệ ta vậy"* (Giăng 15:7-8).

Tóm lại, vì Đức Chúa Trời là Đấng Tạo Hóa là Cha thánh của những kẻ tin Chúa Giê-su Christ, những điều lòng họ ao ước có thể được đáp ứng khi họ tin và làm theo Lời Đức Chúa

Trời. Trong Ma-thi-ơ 17:20 Đức Chúa Giê-su phán rằng, *"Ấy là tại các ngươi ít đức tin; vì ta nói thật cùng các ngươi, nếu các ngươi có đức tin bằng một hột cải, sẽ khiến núi nầy rằng: Hãy dời đây qua đó, thì nó liền dời qua, và không có sự gì mà các ngươi chẳng làm được."* Vậy, tại sao có quá nhiều người mặc dù đã dành không biết bao nhiêu thời gian cho sự cầu nguyện, song sự cầu xin của họ vẫn không được nhậm? Chúng ta hãy xem xét để biết làm thế nào chúng ta có thể dâng vinh hiển lên Đức Chúa Trời khi chúng ta nhận lãnh mọi thứ mình cầu xin.

2. Hãy Tin Đức Chúa Trời Toàn Năng

Để một người duy trì sự sống từ khi mới sinh ra đời, người đó phải cần đến những thứ cần thiết như thức ăn, đồ mặc, nhà ở và những thứ tương tự. Nhưng yếu tố quan trọng nhất để duy trì sự sống ấy là hơi thở; nó làm cho đời sống có thể tồn tại và sự sống đáng giá. Trong khi đó con cái của Đức Chúa Trời là những kẻ đã tin nhận Chúa Giê-su Christ và đã được tái sinh cũng cần đến nhiều thứ trong đời sống, điều cơ bản nhất trong đời sống họ là sự cầu nguyện.

Sự cầu nguyện là con đường tương giao với Đức Chúa Trời, là hơi thở đối với tâm linh chúng ta. Vả lại, vì sự cầu nguyện cũng là cách để cầu xin Đức Chúa Trời và để được Ngài nhậm lời, điều quan trọng nhất trong sự cầu nguyện là lòng tin của chúng ta nơi Đức Chúa Trời toàn năng. Tùy vào mức độ đức tin của mình đối với Đức Chúa Trời trong lúc cầu nguyện, người ta sẽ cảm nhận được sự chắc chắn về sự nhậm lời của Đức Chúa Trời và nhận được điều đó tùy theo đức tin của mình.

Vậy thì Đức Chúa Trời Đấng mà chúng ta đặt niềm tin vào là ai?

Tự nói về mình trong Khải Huyền 1:8, Đức Chúa Trời phán rằng *"Ta là An-pha và Ô-mê-ga, là Đấng hiện có, đã có và đang đến, là Đấng Toàn Năng."* Đức Chúa Trời được nói đến trong Cựu Ước là Đấng Tọa Hóa của muôn vật trong vũ trụ (Sáng Thế Ký 1:1-31) là Đấng rẽ đôi Biển Đỏ để cho dân sự Y-sơ-ra-ên là những kẻ đã rời khỏi Ê-díp-tô đi qua (Xuất Ê-díp-tô 14:21-29). Khi dân sự Y-sơ-ra-ên vâng theo mạng lệnh của Đức Chúa Trời mà hành quân chung quanh thành Giê-ri-cô trong bảy ngày cùng những tiếng hô vang, những bức tường dường như bất khả xâm phạm của Giê-ri-cô ấy đã sụp đổ (Giô-suê 6:1-21). Khi đương giữa cuộc chiến chống lại dân A-mô-rít, Giô-suê cầu nguyện cùng Đức Chúa Trời, Ngài đã khiến cho mặt trời đứng yên, và mặt trăng dừng lại (Giô-suê 10:12-14).

Trong Tân Ước, Chúa Giê-su, Con của Đức Chúa Trời toàn năng, đã khiến cho kẻ chết trong mồ sống lại (Giăng 11:17-44), chữa lành mọi bệnh tật và sự ốm yếu (Ma-thi-ơ 4:23-24), khiến kẻ mù được thấy (Giăng 9:6-11), khiến kẻ què đứng lên và bước đi (Công Vụ 3:1-10). Ngài cũng dùng lời phán để trục xuất nhiều ma quỉ và những ác linh ngay trong tức khắc (Mác 5:1-20), với năm cái bánh và hai con cá, Ngài đã cung cấp đủ cho 5.000 người ăn no (Mác 6:34-44). Hơn nữa, bằng cách khiến cho sóng gió yên lặng, Ngài đã trực tiếp tỏ cho chúng ta biết rằng Ngài là Đấng cầm quyền trên mọi sự trong vũ trụ (Mác 4:35-39).

Vậy nên, chúng ta phải tin vào Đức Chúa Trời toàn năng là Đấng ban cho chúng ta những ân tứ tốt đẹp trong tình thương yêu dồi dào của Ngài. Đức Chúa Giê-su phán cùng chúng ta trong Ma-thi-ơ 7:9-11 rằng, *"Trong các ngươi có ai khi con mình xin bánh, mà cho đá chăng? Hay là con mình xin cá, mà cho rắn chăng? Vậy nếu các ngươi vốn là xấu, còn biết cho con cái mình các vật tốt thay, huống chi Cha các ngươi ở trên trời lại chẳng ban các vật tốt cho những người xin Ngài sao!"* Đức Chúa Trời của tình yêu thương mong muốn ban cho con cái Ngài những vật tốt nhất.

Trong tình yêu thương tràn đầy, Đức Chúa Trời đã ban Con một của Ngài cho chúng ta. Thì sẽ chẳng có gì mà Ngài lại không ban cho chúng ta? Ê-sai 53:5-6 có chép rằng, *"Nhưng người đã vì tội lỗi chúng ta mà bị vết, vì sự gian ác chúng ta mà bị thương. Bởi sự sửa phạt người chịu chúng ta được bình an, bởi lằn roi người chúng ta được lành bịnh. Chúng ta thảy đều như chiên đi lạc, ai theo đường nấy; nhưng Đức Giê-hô-va đã làm cho tột lỗi của hết thảy chúng ta đều chất trên Người."* Qua Đức Chúa Giê-su Christ mà Đức Chúa Trời đã tiên liệu cho chúng ta, chúng ta từ kẻ chết đã được sống lại, được vui hưởng bình an và được chữa lành.

Nếu con cái Đức Chúa Trời phụng sự Đấng Toàn Năng và là Đức Chúa Trời hằng sống là Cha thiên thượng mình, và tin trong lòng rằng Đức Chúa Trời khiến mọi sự hiệp lại làm ích lợi cho những kẻ yêu mến Ngài và đáp lời những kẻ kêu cầu Ngài, thì họ chẳng phải lo lắng gì trong những lúc bị cám dỗ hay hoạn nạn, nhưng sẽ dâng lời cảm tạ, vui mừng, và cầu nguyện.

Ấy là "hãy tin Đức Chúa Trời" và Ngài lấy làm đẹp lòng với sự bày tỏ đức tin như vậy. Đức Chúa Trời cũng đáp lời cầu xin chúng ta tùy theo đức tin của mình, và bởi sự bày tỏ cùng chúng ta về chứng cứ sự hiện hữu của Ngài, Đức Chúa Trời cho phép chúng ta dâng vinh hiển lên Ngài.

3. Cầu Xin bởi Đức Tin và Chẳng Nghi Ngờ

Đức Chúa Trời là Đấng Tạo Hóa của trời, đất, và loài người đã khiến con người chép ra Kinh Thánh hầu cho ý chỉ và sự tiên liệu của Ngài được tỏ ra cho tất cả mọi người. Lúc nào Ngài cũng tự bày tỏ chính mình đối với những ai tin và làm theo Lời Ngài, để cho chúng ta thấy rằng Ngài là Đấng hằng sống và toàn năng qua những sự bày tỏ về dấu kỳ và phép lạ.

Chúng ta có thể tin Đức Chúa Trời hằng sống chỉ bằng cách đơn giản nhìn vào sự sáng tạo của Ngài (Rô-ma 1:20) và làm rạng danh Đức Chúa Trời qua việc được Ngài nhậm lời cầu xin với sự cầu nguyện bởi đức tin.

Cũng có những "đức tin xác thịt" là thứ đức tin mà chúng ta dựa vào sự hiểu biết và ý tưởng của mình khi chúng ta thấy phù hợp với Lời Đức Chúa Trời, còn "đức tin thuộc linh," là loại đức tin mà nhờ đó lời cầu xin của chúng ta được nhậm. Trong khi những gì mà Lời Chúa phán cùng chúng ta thì không có vẻ hợp lý khi được xem là nghịch lại với sự hiểu biết và ý tưởng của con người. Khi cầu nguyện bởi đức tin ở nơi Ngài, Đức Chúa Trời ban đức tin cho chúng ta và sự cảm biết về sự chắc chắn. Những yếu tố nầy được kết tinh thành đức tin thuộc linh.

Vì thế, Gia-cơ 1:6-8 cho chúng ta biết rằng, *"Nhưng phải lấy đức tin mà cầu xin, chớ nghi ngờ; vì kẻ hay nghi ngờ giống như sóng biển, bị gió động và đưa đi đây đi đó. Người như thế chớ nên tưởng mình lãnh được vật chi từ nơi Chúa. Ấy là một người phân tâm, phàm làm việc gì đều không định."*

Sự nghi ngờ bắt nguồn từ sự hiểu biết, ý nghĩ, sự tranh cãi, và tính tự phụ của con người. Sự ấy là do ma quỉ mang đến cho chúng ta. Một tấm lòng nghi ngờ ấy là sự phân tâm và xảo quyệt, Đức Chúa Trời rất ghét sự ấy. Thật là một bi kịch nếu con cái chúng ta nghi ngờ rằng chẳng biết chúng ta có phải là cha hay mẹ sinh ra chúng nó hay không? Đồng thể ấy, làm thế nào để Đức Chúa Trời có thể nhậm lời cầu nguyện của những kẻ cầu xin Ngài nếu họ không thể tin rằng Ngài là Cha mình, cho dù

Ngài đã cưu mang và nuôi dưỡng họ?

Vì vậy chúng ta được nhắc nhở rằng *"Vì sự chăm về xác thịt nghịch với Đức Chúa Trời, bởi nó không phục dưới luật pháp Đức Chúa Trời, lại cũng không thể phục được. Vả, những kẻ sống theo xác thịt, thì không thể đẹp lòng Đức Chúa Trời"* (Rô-ma 8:7-8), và khuyên giục chúng ta hãy *"đánh đổ các lý luận, mọi sự tự cao nổi lên nghịch cùng sự hiểu biết Đức Chúa Trời, và bắt hết các ý tưởng làm tôi vâng phục Đấng Christ"* (2 Cô-rinh-tô 10:5).

Khi đức tin chúng ta được biến đổi thành đức tin thuộc linh để chúng ta chẳng còn chút nghi ngại nào, Đức Chúa Trời hoàn toàn đẹp lòng và sẽ ban cho chúng ta bất kỳ những gì chúng ta cầu xin. Khi Môi-se cũng như Giô-suê chẳng hề nghi ngại mà chỉ hành động bởi đức tin, họ đã có thể khiến biển Đỏ phân đôi, đi qua sông Giô-đanh, và phá hủy thành Giê-ri-cô. Tương tự như vậy, khi chúng ta nói với núi rằng, "Hãy cất mình lên và quăng xuống biển" mà chẳng có sự nghi ngại trong lòng nhưng tin rằng điều mình nói sẽ xảy đến, thì sự ấy sẽ thành như vậy.

Giả sử chúng ta bảo với Núi Everest rằng, "Hãy quăng mình xuống Ấn Độ Dương." Lời cầu nguyện ấy của chúng ta có thể được nhậm chăng? Nếu quả thật núi Everest bị quăng xuống Ấn Độ Dương, thì cả thế giới sẽ náo loạn. Điều nầy không thể thành sự thật vì chẳng phải ý Chúa, lời cầu nguyện như vậy sẽ chẳng có kết quả cho dù người ta có cầu nguyện nhiều đến mấy chăng nữa, vì Ngài sẽ chẳng ban cho chúng ta loại đức tin thuộc linh như vậy để tin Ngài.

Nếu chúng ta cầu xin để hoàn thành một điều gì đó nghịch lại với ý muốn của Đức Chúa Trời, thì cái loại đức tin mà chúng ta tin trong lòng ấy sẽ chẳng đem lại gì cho chúng ta. Ban đầu chúng ta có thể tin rằng lời cầu nguyện của mình sẽ được nhậm, nhưng sau một thời gian, sự nghi ngờ sẽ bắt đầu lộ ra. Chỉ khi chúng ta cầu xin trong sự cầu nguyện theo ý muốn của Đức Chúa Trời mà chẳng có chút nghi ngờ nào, thì chúng ta sẽ được Ngài đáp lời. Vì vậy, nếu lời cầu nguyện của chúng ta chưa được nhậm, chúng ta phải nhận biết rằng ấy là tại bởi điều mà chúng ta cầu xin nghịch lại ý muốn Đức Chúa Trời hoặc chúng ta phải chịu trách nhiệm cho sự nghi ngờ hay đã nghi ngờ Lời Ngài.

1 Giăng 3:21-22 nhắc nhở chúng ta rằng, *"Hỡi kẻ rất yêu dấu, ví bằng lòng mình không cáo trách, thì chúng ta có lòng rất dạn dĩ, đặng đến gần Đức Chúa Trời; và chúng ta xin điều gì mặc dầu, thì nhận được điều ấy, bởi chúng ta vâng giữ các điều răn của Ngài và làm theo những điều đẹp ý Ngài."*

Những ai làm theo các điều răn của Đức Chúa Trời và làm sự đẹp ý Ngài sẽ chẳng bao giờ cầu xin những điều nghịch với ý muốn của Đức Chúa Trời. Chúng ta sẽ nhận được bất kỳ điều gì mình cầu xin nếu sự cầu nguyện của chúng ta hợp với ý muốn của Ngài. Đức Chúa Trời phán cùng chúng ta rằng, *"Mọi điều các ngươi xin trong lúc cầu nguyện, hãy tin đã được, tất điều đó sẽ ban cho các ngươi"* (Mác 11:24).

Thế thì để được Chúa nhậm lời, trước hết chúng ta phải được Ngài ban cho đức tin thuộc linh là đức tin mà chúng ta nhận được khi chúng ta sống và làm theo Lời Ngài. Khi chúng ta đánh đổ các lý luận, mọi sự tự cao nổi lên nghịch cùng sự hiểu biết Đức Chúa Trời, những nghi ngờ sẽ không còn nữa và chúng ta sẽ có được đức tin thuộc linh, nhờ đó chúng ta nhận được mọi thứ mình cầu xin.

4. Mọi Điều Các Ngươi Xin Trong Lúc Cầu Nguyện, Hãy Tin Đã Được

Dân Số Ký 23:19 nhắc nhở chúng ta rằng, *"Đức Chúa Trời chẳng phải là người để nói dối, cũng chẳng phải con loài người đặng hối cải. Điều Ngài nói, Ngài há sẽ chẳng làm ư? Điều Ngài đã phán. Ngài há sẽ chẳng làm ứng nghiệm sao?"*

Nếu chúng ta thật sự tin Đức Chúa Trời, hãy bởi đức tin mà cầu xin, chớ hề có chút nghi ngại nào, chúng ta phải tin rằng chúng ta đã nhận được sự chúng ta cầu xin. Đức Chúa Trời là Đấng toàn năng và thành tín, Ngài hứa sẽ đáp lời chúng ta.

Vậy, tại sao có rất nhiều người nói rằng mặc dù họ đã cầu nguyện bởi đức tin nhưng chẳng được Chúa nhậm lời? Phải chăng ấy là vì Đức Chúa Trời đã chẳng đáp lời họ? Chẳng phải vậy. Chắc hẳn Đức Chúa Trời đã đáp lời rồi, nhưng cần có thời gian vì họ chưa tự chuẩn bị mình để thành một chiếc bình xứng đáng chứa đựng sự đáp lời của Ngài.

Khi một người nông dân gieo giống, anh ta tin rằng mình sẽ gặt hái thành quả, song không thể gặt ngay được. Sau khi hạt giống được gieo ra, chúng đâm chồi, ra hoa, và kết trái. Có một số hột giống kết trái trong một thời gian lâu hơn các loại khác. Tương tự như vậy, tiến trình nhận lãnh sự đáp lời của Chúa cũng cần đến những tiến trình gieo giống và nuôi dưỡng như vậy.

Giả sử có một số học sinh cầu nguyện rằng, "Hãy cho tôi thi đậu vào Trường Đại học." Nếu những học sinh ấy cầu nguyện bởi đức tin trong quyền phép Ngài, Đức Chúa Trời chắc chắn sẽ nhậm lời cầu nguyện họ. Tuy nhiên, lời cầu nguyện của những học sinh ấy sẽ không thể được nhậm ngay. Đức Chúa Trời chuẩn bị cho những học sinh ấy trở nên những chiếc bình xứng đáng với sự đáp lời của Ngài, để rồi sau đó Ngài sẽ đáp lời cầu nguyện của họ. Đức Chúa Trời sẽ ban cho họ tấm lòng để học hành chăm chỉ và siêng năng hầu cho họ có thể trở nên trội hơn ở trường mình. Khi các học sinh ấy tiếp tục cầu nguyện, Đức Chúa Trời sẽ cất khỏi tâm trí họ những ý tưởng thuộc đời nầy và cho ban họ sự khôn ngoan, khai sáng để họ học hành có hiệu quả hơn. Tùy theo những việc làm của họ, mà Đức Chúa Trời sẽ làm cho mọi sự trở nên thuận lợi và trang bị cho họ có đủ phẩm cách để khi đến kỳ, Đức Chúa Trời sẽ khiến họ có thể vào được Harvard.

Nguyên tắc nầy cũng đúng cho những kẻ bị ảnh hưởng bởi bệnh tật. Khi đã thông suốt Lời Chúa, thì tại sao bệnh tật đến được với họ và làm thế nào để họ được chữa lành, khi cầu nguyện bởi đức tin thì họ có thể nhận được sự chữa lành. Họ phải nhận ra bức tường tội lỗi ngăn cách giữa họ với Đức Chúa Trời và khiến họ phải rơi vào tột cùng của căn bệnh. Nếu bệnh tật đến vì cớ lòng thù hận, họ phải quăng xa nó và biến đổi lòng mình ra tấm lòng yêu thương. Nếu vì cớ sự ăn uống quá mức mà sinh ra bệnh, họ phải nhận lấy năng quyền từ Chúa để tự chủ mình mà điều chỉnh lại thói quen có hại của họ. Chỉ qua những tiến trình như vậy, Đức Chúa Trời sẽ ban cho họ đức tin để nhờ đó họ có thể chuẩn bị mình để trở nên những chiếc bình xứng đáng để nhận lãnh sự đáp lời của Ngài.

Cầu xin để công việc làm ăn được phát đạt cũng chẳng có gì khác so với những trường hợp trên. Nếu chúng ta cầu nguyện để Chúa ban phước trên công việc làm ăn của mình, trước hết Đức Chúa Trời sẽ thử thách để chúng ta trở nên chiếc bình xứng đáng với sự chúc phước của Ngài. Ngài sẽ ban cho chúng ta sự khôn ngoan và năng lực để khả năng điều hành công việc chúng ta trở nên đặc sắc, hầu cho công việc chúng ta sẽ phát triển hơn, để chúng ta sẽ đến được với một hoàn cảnh tuyệt vời để điều hành công việc của mình. Ngài sẽ đưa chúng ta đến với những con người đáng tin cậy, tăng dần thu nhập, và chuẩn bị cho công việc của mình. Khi đến kỳ đã định, Ngài sẽ đáp lời như sự cầu xin của chúng ta.

Qua các tiến trình gieo hột và nuôi dưỡng nầy, Đức Chúa Trời sẽ dẫn dắt linh hồn chúng ta đến sự thịnh vượng và đặt chúng ta vào thử thách để biến chúng ta thành chiếc bình xứng đáng để nhận lãnh những gì mình cầu xin Ngài. Vì vậy, chúng ta buộc phải không được mất kiên nhẫn bởi ý tưởng riêng của mình. Thay vì, chúng ta nên tự thích nghi với khung thời gian của Chúa và chờ đợi cho đến kỳ hạn của Ngài, tin rằng chúng ta đã nhận sự đáp lời của Ngài.

Đức Chúa Trời toàn năng, theo các luật lệ của lĩnh vực thuộc linh, đáp lời con cái mình trong sự công chính Ngài và lấy làm đẹp lòng khi chúng cầu xin Ngài bởi đức tin. Hê-bơ-rơ 11:6 nhắc nhở chúng ta rằng, *"Vả, không có đức tin, thì chẳng hề có thể ở cho đẹp ý Ngài; vì kẻ đến gần Đức Chúa Trời phải tin rằng có Đức Chúa Trời, và Ngài là kẻ hay thưởng cho Đấng tìm kiếm Ngài."*

Nguyện anh chị em ở đẹp lòng Đức Chúa Trời bằng cách có được loại đức tin mà chúng ta tin rằng mình đã nhận mọi thứ mình cầu xin và dâng vinh hiển lớn lên cho Đức Chúa Trời bởi việc nhận lãnh được mọi sự mình cầu xin. Trong danh Chúa, tôi dâng lời cầu nguyện!

Chương 3

Sự Cầu Nguyện Đẹp Ý Đức Chúa Trời

Đoạn, Đức Chúa Giê-su ra đi,
lên núi Ô-li-ve theo như thói quen;
các môn đồ cũng đi theo Ngài.
Khi đã đến đó, Ngài phán cùng môn đồ rằng,
"Hãy cầu nguyện, hầu cho các ngươi khỏi sa vào sự cám dỗ."

Ngài bèn đi khỏi các môn đồ,
cách chừng liệng một cục đá,
quì xuống mà cầu nguyện rằng,
"Lạy Cha, nếu cha muốn, xin cất chén nầy khỏi tôi;
dầu vậy, xin ý Cha được nên, chớ không theo ý tôi."
Có một thiên sứ từ trên hiện xuống cùng Ngài,
mà thêm sức cho Ngài.
Trong cơn rất đau thương, Ngài cầu nguyện tha thiết;
mồ hôi trở nên như giọt máu lớn rơi xuống đất.

Lu-ca 22:39-44

1. Đức Chúa Giê-su Đã Nêu Gương Cầu Nguyện

Lu-ca 22:39-44 nói về một cảnh tượng cầu nguyện của Chúa Giê-su tại Ghết-sê-ma-nê trong đêm trước khi Ngài chịu thập hình để mở đường cứu rỗi cho loài người. Những câu nầy cho chúng ta biết rất nhiều phương diện về thái độ và tấm lòng mà chúng ta nên có khi cầu nguyện.

Đức Chúa Giê-su đã cầu nguyện như thế nào hầu cho Ngài không những có thể mang lấy thập tự nặng nề mà còn thắng hơn kẻ thù ma quỉ? Chúa Giê-su đã mang lấy loại tâm tình như thế nào khi Ngài cầu nguyện mà đã khiến Đức Chúa Trời đẹp lòng và sai một thiên sứ từ trên trời xuống để thêm sức cho Ngài?

Dựa vào những câu nầy, chúng ta hãy nhìn sâu vào thái độ đúng đắn trong sự cầu nguyện và loại cầu nguyện đẹp ý Đức Chúa Trời. Tôi nài khuyên anh chị em hãy tra xét lại đời sống cầu nguyện của chính mình.

1) Đức Chúa Giê-su Đã Cầu Nguyện Thường Xuyên

Đức Chúa Trời phán bảo chúng ta hãy cầu nguyện không thôi (1 Tê-sa-lô-ni-ca 5:17) và hứa sẽ ban cho khi chúng ta cầu xin Ngài (Ma-thi-ơ 7:7). Mặc dù sự cầu nguyện và cầu xin liên tục và mọi lúc là sự đúng đắn, song hầu hết người ta chỉ cầu nguyện khi có nhu cầu về điều gì hay khi gặp khó khăn.

Đức Chúa Giê-su ra đi, lên núi Ô-li-ve theo như thói quen

(Lu-ca 22:39). Tiên tri Đa-ni-ên liên tục quì gối ba lần mỗi ngày, cầu nguyện và dâng lời cảm tạ trước mặt Đức Chúa Trời mình, như vẫn làm khi trước (Đa-ni-ên 6:10), hai môn đệ của Chúa Giê-su là Phi-e-rơ và Giăng đã được biệt riêng để cầu nguyện vào các giờ nhất định trong ngày (Công Vụ 3:1).

Chúng ta phải theo gương của Đức Chúa Giê-su và phát triển một thói quen biệt ra thời giờ để cầu nguyện liên tục trong mỗi ngày. Đức Chúa Trời đặc biệt đẹp lòng với những người cầu nguyện trong buổi sáng sớm là buổi cầu nguyện mà người ta phó thác mọi sự cho Chúa vào lúc bắt đầu một ngày mới của mỗi ngày, và buổi cầu nguyện ban đêm là lúc người ta dâng lời cảm tạ về sự che chở của Chúa trong ngày vào cuối mỗi ngày. Qua những sự cầu nguyện nầy, chúng ta có thể nhận lãnh quyền phép lớn của Ngài.

2) Đức Chúa Giê-su quì gối để cầu nguyện

Khi quì gối, tấm lòng chúng ta đứng thẳng và tỏ sự tôn kính đối với người mà chúng ta thưa chuyện với. Quì gối khi cầu nguyện với Đức Chúa Trời là bản tính tự nhiên đối với mọi người.

Đức Chúa Giê-su Con của Đức Chúa Trời với thái độ khiêm nhường khi Ngài quì gối xuống để cầu nguyện với Đức Chúa Trời toàn năng. Vua Sa-lô-môn (1 Các Vua 8:54), sứ đồ Phao-lô (Công Vụ 20:36), và Chấp Sự Ê-tiên người đã tuẫn đạo (Công Vụ 7:60) tất cả đều quì gối khi cầu nguyện.

Khi cầu xin cha mẹ mình hay những người có thẩm quyền để được ban cho ơn huệ hay những điều mình mong muốn, chúng ta cảm thấy lo lắng và đề phòng mọi sự để tránh khỏi sai lầm mà bản thân có thể mắc phải. Huống chi khi đến thưa chuyện với Đức Chúa Trời là Đấng Tạo Hóa, lẽ nào chúng ta lại đến trước Ngài với một tâm trí và diện mạo luộm thuộm sao? Quì xuống là một sự bày tỏ lòng tôn kính Đức Chúa Trời và tin cậy quyền năng Ngài. Chúng ta phải làm cho mình được sạch sẽ gọn gàng và khiêm nhường hạ mình quì gối khi cầu nguyện.

3) Sự Cầu Nguyện của Đức Chúa Giê-su Hợp Theo Ý Muốn Đức Chúa Trời

Đức Chúa Giê-su cầu nguyện cùng Đức Chúa Trời, *"Dầu vậy, xin ý Cha được nên, chớ không theo ý tôi"* (Lu-ca 22:42). Đức Chúa Giê-su Con của Đức Chúa Trời đã đến thế gian chết trên cây thập tự gỗ cho dù Ngài hoàn toàn vô tội. Bởi vậy Ngài đã cầu nguyện rằng *"Lạy Cha, nếu cha muốn, xin cất chén nầy khỏi tôi."* Nhưng Ngài biết rằng ý muốn của Đức Chúa Trời là cứu hết nhân loại qua một người, nên đã cầu nguyện rằng không phải theo ý mình, nhưng theo ý muốn của Đức Chúa Trời.

1 Cô-rinhh-tô 10:31 khuyên dạy chúng ta rằng, *"Vậy, anh em hoặc ăn, hoặc uống, hay làm sự chi khác, hãy vì sự vinh hiển Đức Chúa Trời mà làm."* Nếu cầu xin điều gì không vì sự vinh hiển của Đức Chúa Trời mà là để thỏa mãn lòng tư dục, có nghĩa là chúng ta đã đưa ra những nhu cầu không chính đáng;

chúng ta phải cầu nguyện theo ý muốn của Đức Chúa Trời. Vả lại, Đức Chúa Trời phán bảo chúng ta hãy ghi nhớ về những gì chúng ta tìm thấy trong Gia-cơ 4:2-3, *"Anh em tham muốn mà chẳng được chi; anh em giết người và ghen ghét mà chẳng được việc gì hết; anh em có sự tranh cạnh và chiến đấu; anh em chẳng được chi vì không cầu xin. Anh em cầu xin mà không nhận được, vì cầu xin trái lẽ, để dùng trong tư dục mình."* Vậy, hãy tra xét lại cho biết có phải chúng ta chỉ cầu xin cho những mục đích của riêng mình chăng.

4) Đức Chúa Giê-su tranh chiến trong sự cầu nguyện

Trong Lu-ca 22:44, chúng ta có thể thấy Đức Chúa Giê-su đã cầu nguyện cách chân thành là thể nào. *"Trong cơn rất đau thương, Ngài cầu nguyện tha thiết; mồ hôi trở nên như giọt máu lớn rơi xuống đất."*

Thời tiết tại Ghết-sê-ma-nê nơi Đức Chúa Giê-su đã cầu nguyện, nhiệt độ vào ban đêm là rất thấp nên thậm chí việc đổ mồ hôi là rất khó xảy ra. Bấy giờ chúng ta có thể hình dung Đức Chúa Giê-su đã quặn thắt trong sự cầu nguyện cách chân thành và tha thiết như thế nào để những giọt mồ hôi trở nên những giọt máu rơi xuống đất? Nếu Chúa Giê-su cầu nguyện cách âm thầm, có thể nào Ngài đã cầu nguyện tha thiết đến đỗ mồ hôi được chăng? Vì Đức Chúa Giê-su đã cầu nguyện mạnh mẽ và tha thiết, nên mồ hôi Ngài "trở nên như giọt máu lớn rơi xuống đất."

Trong Sáng Thế Ký 3:17 Đức Chúa Trời phán cùng A-đam rằng, *"Vì người nghe theo lời vợ mà ăn trái cây ta đã dặn không nên ăn, vậy, đất sẽ bị rủa sả vì ngươi; trọn đời ngươi phải chịu khó nhọc mới có vật đất sinh ra mà ăn."* Trước khi bị rủa sả, con người đã có một cuộc sống dư dật với mọi thứ Đức Chúa Trời đã sắm sẵn cho. Khi tội lỗi đã thâm nhập vào con người qua sự bất tuân Đức Chúa Trời, sự tương giao giữa con người với Đấng Tạo Hóa đã chấm dứt, để rồi suốt đời con người phải chịu khó nhọc mới có vật đất sinh ra mà ăn.

Nếu chỉ qua sự lao khổ khó nhọc chúng ta mới có thể có được điều do tay mình có thể làm ra, thì chúng ta phải làm gì khi cầu xin Đức Chúa Trời điều mà chúng ta không thể làm được? Xin hãy nhớ rằng chỉ có kêu cầu với Đức Chúa Trời trong sự cầu nguyện, sự lao khổ khó nhọc, và đổ mồ hôi, thì chúng ta mới có thể nhận được những gì mình mong muốn từ Đức Chúa Trời. Hơn nữa, hãy nhớ rằng Đức Chúa Trời đã phán dạy chúng ta về sự lao khổ và khó nhọc là sự cần thiết để mang lại kết quả, và chính Đức Chúa Giê-su đã tha thiết cực nhọc và tranh chiến trong sự cầu nguyện là thế nào. Hãy ghi nhớ những điều nầy trong lòng, hãy làm như Chúa Giê-su đã làm, và cầu nguyện theo cách có thể đẹp lòng Đức Chúa Trời.

Chúng ta đã xem xét thấu đáo về cách thức mà Chúa Giê-su, Đấng nêu gương cầu nguyện thích đáng, đã cầu nguyện là thế nào. Nếu Chúa Giê-su, Đấng nắm giữ toàn bộ thẩm quyền, đã cầu nguyện đến mức làm gương cho chúng ta, vậy thì chúng ta, chỉ đơn giản là những tạo vật của Đức Chúa Trời, nên có thái độ cầu nguyện như thế nào? Hình thức bên ngoài và thái độ của người cầu nguyện thể hiện tấm lòng của người ấy. Vậy nên, tấm lòng cầu nguyện của chúng ta cũng như thái độ cầu nguyện đều có tầm quan trọng như nhau.

2. Bản Chất Sự Cầu Nguyện Đẹp Ý Đức Chúa Trời

Chúng ta nên cầu nguyện với tấm lòng như thế nào để Đức Chúa Trời đẹp lòng và được Ngài nhậm lời cầu nguyện?

1) Chúng ta phải cầu nguyện hết lòng

Chúng ta đã học qua cách cầu nguyện của Chúa Giê-su, đó là thái độ cầu nguyện bắt nguồn từ tấm lòng mà Ngài đã cầu nguyện với Đức Chúa Trời. Từ thái độ chúng ta có thể biết được tấm lòng của người cầu nguyện.

Hãy nhìn vào cách cầu nguyện của Gia-cốp trong Sáng Thế Ký 32. Với Rạch Gia-bốc ở phía trước, Gia-cốp đã thấy mình rơi vào một tình thế khó xử. Gia-cốp không thể quay trở lại vì đã lập ước cùng La-ban cậu mình rằng người sẽ chẳng vượt qua đường phân định gọi là Ga-lét. Người không thể vượt qua Gia-bốc nơi mà bên kia, Ê-sau anh trai người đang cùng 400 gia nhân đang chờ đón mình. Ấy là một thời điểm tuyệt vọng khi niềm tự hào cùng bản ngã mà Gia-cốp từng có đã hoàn toàn bị đánh đổ.

Cuối cùng Gia-cốp nhận ra rằng chỉ khi người phó thác mọi sự cho Đức Chúa Trời và đánh động lòng Ngài thì nan đề của mình mới có thể được giải quyết. Khi Gia-cốp vật lộn trong sự cầu nguyện của mình đến mức gãy xương sườn, cuối cùng người đã được Đức Chúa Trời đáp lời. Gia-cốp đã có thể đánh động lòng Đức Chúa Trời và làm hòa với anh mình kẻ đã từng chờ đợi để tính chuyện ăn thua với người.

Hãy xem kỹ 1 Các Vua 18 là phân đoạn mà Tiên Tri Ê-li đã nhận sự "đáp lời bằng lửa" của Đức Chúa Trời và đã dâng vinh hiển lớn cho Ngài. Khi sự thờ lạy thần tượng thịnh hành trong thời Vua A-háp trị vì, Ê-li đã một mình chiến cự cùng 450 tiên tri của Ba-anh và đã đánh bại chúng bởi việc mang lại sự đáp lời của Đức Chúa Trời trước mặt dân sự Y-sơ-ra-ên và đã làm chứng về Đức Chúa Trời hằng sống.

Ấy là khi mà A-háp đổ tội cho Tiên tri Ê-li về nạn hạn hán ba năm rưỡi đã giáng lên Y-sơ-ra-ên và đang tìm bắt người. Dầu vậy, khi Đức Chúa Trời sai Ê-li đến trước mặt A-háp, vị tiên tri ấy bèn vâng phục ngay. Khi vị tiên tri đến trước mặt vua, kẻ đang tìm giết mình, dạn dĩ công bố những điều mà Đức Chúa Trời đã phán với mình, làm đảo ngược mọi thứ bằng sự cầu nguyện bởi đức tin mà chẳng hề có chút nghi ngờ nào, một công việc ăn năn được bày tỏ đối những ai đã từng thờ lạy thần tượng khi họ trở lại với Đức Chúa Trời. Hơn nữa, Ê-li đã sấp mặt xuống đất, quỳ gối tha thiết cầu nguyện hầu cho có thể mang lại công việc của Đức Chúa Trời đến với đất nầy để chấm dứt nạn hạn hán đã hành hại trên xứ trong ba năm rưỡi (1 Các Vua 18:42).

Đức Chúa Trời nhắc nhở chúng ta trong Ê-xê-chi-ên 36:37, *"Chúa Giê-hô-va phán vầy: Ta còn muốn nhà Y-sơ-ra-ên cầu hỏi ta để ta làm sự nầy cho: Ta sẽ thêm nhiều người nam nó như một bầy chiên."* Nói cách khác, cho dù Đức Chúa Trời đã hứa cùng Ê-li về một trận mưa lớn trên xứ Y-sơ-ra-ên, thì trận mưa lớn ấy sẽ chẳng rơi xuống nếu không có sự cầu nguyện tha thiết của Ê-li tự đáy lòng của ông. Lời cầu nguyện từ tấm lòng của chúng ta có thể thật sự làm lay động và cảm kích tấm lòng của Đức Chúa Trời, Đấng sẽ đáp lời cách nhanh chóng để khiến chúng ta dâng vinh hiển lên cho Ngài.

2) Chúng ta phải kêu cầu Đức Chúa Trời trong sự cầu nguyện

Đức Chúa Trời hứa rằng Ngài sẽ lắng nghe và đáp lời chúng ta khi chúng ta kêu cầu Ngài, cầu nguyện với Ngài và tìm kiếm Ngài hết lòng (Giê-rê-mi 29:12-13; Châm Ngôn 8:17). Trong Giê-rê-mi 33:3 Ngài có hứa với chúng ta rằng, *"Hãy kêu cầu ta, ta sẽ trả lời cho; ta sẽ tỏ cho ngươi những việc lớn và khó, là những việc ngươi chưa từng biết."* Lý do Đức Chúa Trời bảo chúng ta hãy kêu cầu đến Ngài trong sự cầu nguyện là vì khi lớn tiếng kêu cầu Ngài trong sự cầu nguyện, chúng ta sẽ có thể cầu nguyện hết lòng. Nói cách khác, khi chúng ta kêu gào trong sự cầu nguyện, chúng ta sẽ trở nên nghiêm khắc với những ý tưởng thuộc đời nầy, sự mệt mỏi, buồn ngủ, để tâm trí chúng ta sẽ không có chỗ cho những ý tưởng riêng tư.

Thế nhưng, ngày nay có nhiều hội thánh tin và dạy cho hội chúng của họ rằng phải yên lặng trong những nơi tôn nghiêm là giữ sự "tôn kính" và "thánh khiết." Khi có một số anh em lớn tiếng kêu cầu với Chúa, phần còn lại của hội chúng liền cho rằng ấy là những kẻ không phải phép và thậm chí còn buộc tội họ là dị giáo. Tuy thế, sự buộc tội nầy là do bởi sự thiếu hiểu biết Lời Chúa và ý muốn của Ngài mà ra.

Các hội thánh đầu tiên, là những hội thánh đã chứng kiến rất nhiều sự bày tỏ về quyền phép của Đức Chúa Trời và sự phục hưng, đã có thể làm đẹp ý Chúa trong sự đầy dẫy Đức Thánh Linh khi họ đồng thanh lớn tiếng cầu nguyện với Đức Chúa Trời (Công Vụ 4:24). Ngay cả ngày nay, chúng ta cũng có thể thấy vô số những dấu kỳ và phép lạ đã được bày tỏ và người ta kinh nghiệm được những cuộc phục hưng lớn tại nhiều hội thánh mà ở đó người ta đã lớn tiếng kêu cầu với Đức Chúa Trời cùng với việc sống và làm theo ý muốn của Ngài.

"Kêu cầu với Đức Chúa Trời" là nói đến sự cầu nguyện tha thiết trong sự kêu gào. Qua sự cầu nguyện như vậy, các anh chị em trong Chúa có thể trở nên đầy dẫy Thánh Linh, khi những quyền lực quấy rầy của kẻ thù là ma quỉ bị đuổi khỏi, lời cầu nguyện của họ có thể được nhậm và được ban cho những ân tứ thiêng liêng.

Kinh Thánh có ghi lại vô số những trường hợp mà ở đó

Chúa Giê-su và những tổ phụ đức tin đã lớn tiếng kêu cầu cùng Đức Chúa Trời và đã nhận được sự đáp lời của Ngài.

Chúng ta hãy xem một vài ví dụ trong Cựu Ước.

Xuất Ê-díp-tô 15:22-25 có ghi lại một cảnh tượng mà ở đó dân sự Y-sơ-ra-ên, sau khi đã rời khỏi Ê-díp-tô lúc vừa tảng sáng, đã đi bộ qua Biển Đỏ cách an toàn sau khi bởi đức tin Môi-se đã khiến Biển Đỏ phân đôi. Dầu vậy, vì dân sự Y-sơ-ra-ên có ít đức tin, họ đã lằm bằm chống nghịch Môi-se khi chẳng tìm ra nước để uống đương lúc đi qua Đồng Vắng Su-rơ. Khi Môi-se "kêu cầu" cùng Đức Chúa Trời, nước đắng Ma-ra đã hóa thành nước ngọt.

Dân Số Ký 12 chép lại một cảnh tượng mà ở đó Chị của Môi-se là Mi-ri-am đã bị phung sau khi nói lời chống nghịch người. Khi Môi-se kêu cầu cùng Đức Chúa Trời mà rằng, "Lạy Đức Chúa Trời, con cầu xin Ngài hãy chữa lành cho nàng!" Đức Chúa Trời liền chữa lành cho bà được khỏi bệnh phung.

Trong 1 Sa-mu-ên 7:9 có chép rằng, *"Sa-mu-ên bắt một con chiên còn bú, dâng nó làm của lễ thiêu cho Đức Giê-hô-va. Đoạn, người vì Y-sơ-ra-ên cầu khẩn Đức Giê-hô-va; Đức Giê-hô-va bèn nhậm lời."*

1 Các Vua 17 là một câu chuyện của người đàn bà góa Sa-rép-ta đã tỏ lòng hiếu khách đối cùng đầy tớ của Đức Chúa Trời là Ê-li. Khi con trai của bà ngã bịnh và chết, Ê-li kêu cầu cùng Đức Chúa Trời mà rằng, *"Ôi Giê-hô-va tôi! Xin Chúa khiến linh hồn của đứa trẻ nầy trở lại trong mình nó."* Đức

Chúa Trời đã nhậm lời cầu nguyện của Ê-li, và linh hồn đứa trẻ đã trở lại cùng nó để nó được sống lại (1 Các Vua 17:21-22). Khi Đức Chúa Trời nghe tiếng Ê-li kêu cầu, chúng ta có thể thấy Ngài liền nhậm lời cầu xin của người.

Giô-na, kẻ đã bị cá kình nuốt vào bụng vì cớ không làm theo ý chỉ của Đức Chúa Trời, cũng nhận được sự cứu rỗi khi ông kêu cầu cùng Đức Chúa Trời trong sự cầu nguyện. Trong Giô-na 2:3, chúng ta thấy rằng khi ông cầu nguyện, *"Tôi gặp hoạn nạn, tôi kêu cầu Đức Giê-hô-va, thì Ngài đã trả lời cho tôi. Từ trong bụng âm phủ, tôi bèn kêu la, thì Ngài đã nghe tiếng tôi."* Đức Chúa Trời nghe tiếng ông kêu cầu và đã cứu người. Bất chấp chúng ta thấy mình ở trong hoàn cảnh như thế nào, có thể kinh khủng và đau khổ như của Giô-na, Đức Chúa Trời sẽ ban cho điều lòng chúng ta khao khát, sự đáp lời, và ban cho chúng ta giải pháp để giải quyết nan đề khi chúng ta ăn năn về những việc làm sai trật của mình trước mặt Ngài để rồi chúng ta kêu cầu đến Ngài.

Tân Ước cũng chứa đầy những cảnh tượng mà ở đó người ta kêu cầu cùng Đức Chúa Trời.

Trong Giăng 11:43-44, chúng ta thấy Chúa Giê-su đã lớn tiếng kêu rằng, *"Hỡi La-xa-rơ, hãy ra,"* và con người đã chết ấy bước ra, chân tay buộc bằng vải liệm và mặt thì phủ khăn. Đối với một kẻ đã chết như La-xa-rơ, thì việc Chúa Giê-su có lớn tiếng hay thì thầm cũng chẳng có gì khác nhau. Song, Chúa Giê-su đã lớn tiếng mà gọi người. Đức Chúa Giê-su đã đem La-xa-rơ, kẻ đã chôn bốn ngày trong mộ, trở lại sự sống bởi sự cầu nguyện theo ý muốn của Đức Chúa Trời và bày tỏ sự vinh hiển Ngài.

Mác 10:46-53 nói về sự chữa lành một người ăn mày mù tên là Ba-ti-mê:

> *"Kế đó, Đức Chúa Giê-su và môn đồ đến thành Giê-ri-cô. Ngài và môn đồ cùng một đoàn dân đông từ đó lại đi, thì có một người ăn mày mù tên là Ba-ti-mê, con trai của Ti-mê, ngồi bên đường. Vì đã nghe nói ấy là Đức Chúa Giê-su, người Na-xa-rét, người vùng la lên mà rằng: Hỡi Đức Chúa Giê-su, con vua Đa-vít, xin thương tôi cùng! Có nhiều kẻ rầy người, biểu nín đi; song người lại kêu lớn hơn nữa rằng: Hỡi con vua Đa-vít xin thương tôi cùng! Đức Chúa Giê-su dừng lại phán rằng: Hãy kêu người đến. Chúng kêu người mù đến, mà nói rằng: Hãy vững lòng, đứng dậy, Ngài gọi ngươi. Người mù bỏ áo ngoài bước tới đến cùng Chúa Giê-su. Đức Chúa Giê-su bèn cất tiếng phán rằng: Ngươi muốn ta làm chi cho ngươi? Người mù thưa rằng: Lạy thầy, xin cho tôi được sáng mắt. Đức Chúa Giê-su phán: Đi đi, đức tin ngươi đã chữa lành ngươi rồi. Tức thì người mù được sáng mắt, và đi theo Đức Chúa Giê-su trên đường."*

Trong Công Vụ 7:59-60, khi Chấp Sự Ê-tiên đã tuẫn đạo vì bị ném đá, người kêu cầu Chúa mà rằng, *"Lạy Đức Chúa Giê-su, xin tiếp lấy linh hồn tôi!"* Rồi người quì xuống kêu lớn tiếng rằng, *"Lạy Chúa, xin đừng đổ tội nầy cho họ!"*

Còn Công Vụ 4:23-24; 31 có chép rằng, *"Khi chúng đã tha ra, hai người [Phi-e-rơ và Giăng] đến cùng anh em mình, thuật lại mọi điều các thầy tế lễ cả và các trưởng lão đã nói. Mọi người nghe đoạn, thì một lòng cất tiếng lên cầu Đức Chúa Trời. Khi đã cầu nguyện thì nơi nhóm rúng động; ai nấy đều được đầy dẫy Đức Thánh Linh, giảng đạo Đức Chúa trời cách dạn dĩ."*

Khi chúng ta kêu cầu cùng Đức Chúa Trời, chúng ta có thể trở thành một chứng nhân đích thực của Đức Chúa Giê-su Christ để bày tỏ quyền phép của Đức Thánh Linh.

Đức Chúa Trời phán bảo chúng ta hãy kêu cầu cùng Ngài ngay cả khi chúng ta kiêng ăn. Nếu chúng ta ngủ nhiều trong thời gian kiêng ăn vì cớ mệt mỏi, chúng ta sẽ chẳng nhận được sự đáp lời nào từ Đức Chúa Trời. Trong Ê-sai 58:9, Đức Chúa Trời hứa rằng, *"Bấy giờ ngươi cầu, Đức Giê-hô-va sẽ ứng; ngươi kêu, Ngài sẽ phán rằng: Có ta đây!"* Theo như lời Ngài đã hứa, nếu chúng ta kêu cầu khi kiêng ăn, ân sủng và quyền phép từ trên cao sẽ đáp đậu trên chúng ta, và chúng ta sẽ vui mừng mà nhận lãnh sự đáp lời của Đức Chúa Trời.

Bằng "Dụ ngôn về người đàn bà góa bền bỉ," Đức Chúa Giê-su đã đặt ra cho chúng ta một câu hỏi mang tính hùng biện rằng,

"Vậy, có lẽ nào Đức Chúa Trời chẳng xét lẽ công bình cho những người đã được chọn, là kẻ ngày đêm kêu xin Ngài, mà lại chậm chạp đến cứu họ sao?" và phán dạy chúng ta hãy kêu cầu trong sự cầu nguyện (Lu-ca 18:1-8).

Vì thế, như Đức Chúa Giê-su phán cùng chúng ta trong Ma-thi-ơ 5:18, *"Ta nói thật cùng các ngươi, đương khi trời đất chưa qua đi, thì một chấm một nét trong luật pháp cũng không qua đi được cho đến khi mọi sự được trọn,"* khi con cái Đức Chúa Trời cầu nguyện, sự kêu cầu trong lời cầu nguyện là lẽ tự nhiên. Ấy là mạng lệnh của Đức Chúa Trời. Vì luật của Ngài tuyên bố rằng chúng ta phải ăn bông trái của sự lao khổ, chúng ta có thể nhận được sự đáp lời của Đức Chúa Trời khi chúng ta kêu cầu cùng Ngài.

Một số người có thể dựa vào Ma-thi-ơ 6:6-8 để bắt bẻ mà hỏi rằng, "Chúng ta có cần phải kêu gào với Đức Chúa Trời khi Ngài đã biết chúng ta cần gì ngay cả khi chưa xin?" "Tại sao phải kêu cầu trong khi Đức Chúa Giê-su bảo chúng ta hãy vào phòng riêng, đóng cửa lại?" Tuy nhiên, không có chỗ nào trong Kinh Thánh nói đến sự cầu nguyện bí mật của người ta trong sự thỏa mái trong phòng riêng của họ.

Ý nghĩa đích thực của Ma-thi-ơ 6:6-8 ấy là khuyên giục chúng ta hãy cầu nguyện hết lòng. Hãy vào phòng riêng, đóng cửa lại. Phải chăng nếu ở trong phòng riêng đóng cửa lại trong sự yên tĩnh, chúng ta sẽ không bị làm cho giáng đoạn bởi những sự giao tiếp từ bên ngoài? Trong phòng riêng đóng cửa để cắt đứt mọi sự tiếp cận với bên ngoài trong Ma-thi-ơ 6:6-8, Đức Chúa Giê-su phán bảo cùng chúng ta hãy tự mình cắt đứt với những ý nghĩ riêng, những ý tưởng thuộc đời nầy, những lo lắng, băn khoăn, và những điều tương tự, để cầu nguyện hết lòng.

Vả lại, câu chuyện nầy được dùng làm bài học để cho người ta biết rằng Đức Chúa Trời chẳng để tai đến lời cầu nguyện của người Pha-ri-si và các thầy thông giáo, là những kẻ sống vào thời Chúa Giê-su thường cầu nguyện lớn tiếng để được người ta tán dương và để được mọi người nhìn thấy. Chúng ta chẳng nên tự hào về khối lượng sự cầu nguyện của mình. Thay vào đó, chúng ta hãy tranh chiến trong sự cầu nguyện của mình để hết lòng cầu nguyện với Ngài là Đấng dò xét lòng và ý tưởng của chúng ta, với Đấng Toàn Năng là Đấng biết mọi nhu cầu của chúng ta, và Ngài là "tất cả" của chúng ta.

Thật khó để chúng ta cầu nguyện hết lòng qua sự cầu nguyện âm thầm. Vào ban đêm, chúng ta thử nhắm mắt cầu nguyện bằng cách suy ngẫm. Chúng ta sẽ sớm nhận thấy rằng mình phải tranh chiến với sự mệt mỏi và những ý tưởng trần tục, thay vì cầu nguyện. Khi việc chống đỡ với cái buồn ngủ khiến chúng ta trở nên mệt mỏi, chúng ta sẽ rơi vào giấc ngủ trước khi nhận ra điều ấy.

Thay vì cầu nguyện trong sự tĩnh mịch của căn phòng yên ắng, *"Đức Chúa Giê-su đi lên núi để cầu nguyện; và thức thâu đêm cầu nguyện Đức Chúa Trời"* (Lu-ca 6:12) và *"Sáng hôm sau, trời còn mờ mờ, Ngài chờ dậy, bước ra, đi vào nơi vắng vẻ, và cầu nguyện tại đó"* (Mác 1:35). Tại một phòng cao của mình, Tiên tri Đa-ni-ên đã mở tất cả các cửa sổ hướng về Giê-ru-sa-lem, quỳ gối cầu nguyện và ca ngợi Đức Chúa Trời mình, như ông vẫn làm trước nay, mỗi ngày ba lần (Đa-ni-ên 6:10). Phi-e-rơ lên mái nhà cầu nguyện (Công Vụ 10:9), còn sứ đồ Phao-lô thì đi ra ngoài cổng thành bên bờ sông vì người nghĩ rằng đó là nơi nhóm cầu nguyện và đã cầu nguyện ở đó khi người ở tại thành Phi-líp (Công Vụ 16:13; 16). Đây là những người xác định rõ những nơi cầu nguyện, vì họ muốn cầu nguyện hết lòng. Chúng ta phải cầu nguyện như thế nào để sự cầu nguyện của chúng ta xuyên thủng các thế lực thù địch ma quỉ là kẻ cầm quyền chốn không trung để được giãi bày đến ngai cao. Chỉ khi đó chúng ta sẽ được đầy dẫy Đức Thánh Linh, thắng được mọi sự cám dỗ, hết thảy các nan đề từ lớn đến nhỏ đều được giải quyết.

3) Lời cầu của chúng ta phải có mục đích

Một số người trồng cây có thể để lấy gỗ. Những người khác thì có thể trồng cây để lấy trái. Cũng có một số người trồng cây để tạo cảnh trí cho vườn. Nếu có người trồng cây mà chẳng có mục đích cụ thể nào, trước khi cây non trưởng thành, anh ta có thể chẳng còn nhớ đến cây mình đã trồng vì cớ anh ta quá bận rộn với những công việc khác của mình.

Có mục đích rõ ràng trong bất sự kỳ nỗ lực nào đều sẽ đem lại những kết quả và thành tựu nhanh chóng hơn tốt đẹp hơn.

Tuy nhiên, không có mục đích cụ thể, sự nỗ lực có thể không trụ được cho dù chỉ trước một trở ngại nhỏ vì cớ chẳng có một phương hướng nào, chỉ có nghi ngờ và thối lui.

Chúng ta phải có mục đích rõ ràng khi cầu nguyện Đức Chúa Trời. Ngài hứa sẽ ban cho chúng ta mọi sự khi chúng ta có lòng dạn dĩ trước Ngài (1 Giăng 3:21-22), và khi mục đích cầu nguyện của chúng ta rõ ràng, chúng ta sẽ có thể cầu nguyện tha thiết hơn và bền đỗ hơn. Khi lòng chúng ta không có sự cáo trách nào, Đức Chúa Trời sẽ ban cho chúng ta mọi sự mình cần. Chúng ta phải luôn có mục đích trong sự cầu nguyện và có thể cầu nguyện đẹp ý Chúa.

4) Chúng ta phải cầu nguyện bởi đức tin

Vì lượng đức tin của mỗi người đều khác nhau, mỗi người đều tùy vào lượng đức tin mình mà nhận được sự đáp lời từ Đức Chúa Trời. Khi người ta mới tin nhận Chúa Giê-su và mở lòng mình, Đức Thánh Linh đến ngự trong họ và Đức Chúa Trời đóng ấn họ là con cái Ngài. Ấy là khi họ có được đức tin bằng hột cải.

Khi họ giữ trọn Ngày Chúa và tiếp tục cầu nguyện, cố gắng vâng giữ các điều răn của Đức Chúa Trời, và sống theo Lời Ngài, đức tin họ sẽ lớn lên. Dẫu vậy, khi đối diện với cám dỗ và đau đớn trước khi đứng vững trên vầng đá đức tin, họ có thể nghi ngờ quyền năng của Đức Chúa Trời và có đôi khi ngã lòng. Tuy thế, một khi đặt chân lên vầng đá đức tin, cho dù trong hoàn cảnh nào, họ cũng sẽ không sa ngã, mà chỉ tập chú vào Đức Chúa Trời, bởi đức tin và cầu nguyện luôn. Khi nhìn thấy đức tin như vậy, Đức Chúa Trời sẽ hành động vì phước hạnh cho những kẻ yêu mến Ngài.

Khi được gây dựng bởi sự cầu nguyện không thôi, với quyền phép từ nơi cao, người ta sẽ chiến cự chống lại tội lỗi và ngày càng trở nên giống Chúa hơn. Họ sẽ biết rõ được ý muốn của Chúa và làm theo. Đây là đức tin đẹp lòng Đức Chúa Trời và người coa đức tin như vậy sẽ nhận được mọi sự mình cầu xin. Khi đạt đến tâm thước đức tin nầy, người ta sẽ kinh nghiệm được lời hứa tìm thấy trong Mác 16:17-18, nói rằng, *"Những kẻ tin sẽ được các dấu lạ nầy: Lấy danh ta mà trừ quỉ; dùng tiếng mới mà nói; bắt rắn trong tay; nếu uống giống chi độc, cũng chẳng hại gì; hễ đặt tay trên kẻ đau, thì kẻ đau sẽ lành."* Những người có đức tin lớn sẽ theo như đức tin mình mà nhận được sự đáp lời, còn những người có ít đức tin cũng sẽ nhận được sự đáp lờ tùy theo đức tin mình.

Có loại "đức tin tự thân" ấy là đức tin tự mình có được, và "đức tin Chúa ban." "Đức tin tự thân" là loại đức tin không có việc làm cặp theo, song đức tin Chúa ban là đức tin thuộc linh là loại đức tin luôn có việc làm cặp theo. Kinh Thánh cho chúng ta biết rằng đức tin là sự biết chắc vững vàng những điều mình đang trông mong (Hê-bơ-rơ 11:1), song "đức tin tự thân" chẳng hề có sự tin chắc nào. Cho dù người ta có thể có đức tin phân đôi Biển Đỏ hay dời núi, song với "đức tin tự thân," người ta chẳng hề có sự tin chắc nào để nhận được sự đáp lời từ Đức Chúa Trời.

Đức Chúa Trời ban cho chúng ta "đức tin sống" ấy là đức tin có việc làm cặp theo tùy theo lượng đức tin của mình đối với Ngài, vâng phục, bày tỏ đức tin qua việc làm, và cầu nguyện. Khi bày tỏ với Ngài về đức tin mà chúng ta có được, đức tin ấy sẽ hợp với "đức tin sống" mà Ngài thêm cho chúng ta, là loại đức tin mà khi đến kỳ sẽ trở nên đức tin lớn để nhờ đó mà chúng ta có thể nhận được sự đáp lời của Đức Chúa Trời một cách không chậm trễ. Nhiều khi người ta kinh nghiệm được sự tin chắc vững vàng về sự đáp lời của Ngài. Đây là loại đức tin được Đức Chúa Trời ban cho, và khi người ta có được đức tin như vậy, thì họ đã nhận được điều mình cầu xin.

Vậy nên để không có một chút nghi ngờ, chúng ta phải đặt niềm tin vào lời hứa mà Chúa Giê-su đã tuyên phán trong Mác 11:24, *"Vậy nên ta nói cùng các ngươi: Mọi điều các ngươi xin trong lúc cầu nguyện, hãy tin đã được, tất điều đó sẽ ban cho các ngươi"* (Ma-thi-ơ 21:22).

5) Chúng ta phải cầu nguyện bởi tình yêu thương

Hê-bơ-rơ 11:6 cho chúng ta biết rằng, *"Vả, không có đức tin, thì chẳng hề có thể ở cho đẹp ý Ngài; vì kẻ đến gần Đức Chúa Trời phải tin rằng có Đức Chúa Trời, và Ngài là Đấng hay thưởng cho kẻ tìm kiếm Ngài."* Nếu tin rằng tất cả lời cầu nguyện của chúng ta đều sẽ được nhậm và để dành làm các phần thưởng trên thiên đàng, chúng ta sẽ chẳng hề thấy sự cầu nguyện là mệt mỏi hay khó khăn.

Như Đức Chúa Giê-su đã quặn thắt trong sự cầu nguyện để phó sự sống cho nhân loại, nếu chúng ta cầu nguyện bởi tình yêu thương cho những linh hồn khác, chúng ta cũng sẽ cầu nguyện cách tha thiết. Nếu có thể cầu nguyện bằng tình yêu chân thành dành cho người khác, ấy có nghĩa là chúng ta tự đặt mình vào những khó khăn của họ và xem những nan đề đó như của mình. Do đó mà sự cầu nguyện sẽ càng thêm tha thiết hơn.

Ví dụ, giả sử chúng ta cầu nguyện cho việc xây dựng hội thánh mình. Chúng ta phải có lòng cầu nguyện như thể câu nguyện cho việc xây dựng nhà mình. Cũng giống như việc chúng ta cầu xin những điều cụ thể như đất, nhân sự, vật chất, và những thứ tương tự cho nhà riêng mình, chúng ta cũng phải cầu xin mọi yếu tố và nhân tố cần thiết cho việc xây dựng hội thánh một cách cụ thể. Nếu cầu nguyện cho người bệnh, chúng ta phải tự đặt mình vào hoàn cảnh của người ấy và quặn thắt trong lời cầu nguyện với trọn cả tấm lòng như thể chính nỗi đau đớn của người ấy đặt lên chúng ta.

Để đạt được ý muốn của Đức Chúa Trời, Đức Chúa Giê-su đã thường xuyên quỳ gối cầu nguyện cách tha thiết bởi tình yêu mà Ngài dành cho Đức Chúa Trời và bởi tình yêu Ngài dành cho hết thảy nhân loại. Nhờ đó, con đường cứu rỗi đã mở ra cho bất kỳ kẻ nào tin nhận Chúa Giê-su Christ và bấy giờ họ có thể được tha tội mình và vui hưởng thẩm quyền được làm con cái của Đức Chúa Trời.

Theo cách mà Đức Chúa Giê-su đã cầu nguyện và những tính chất cần thiết của loại cầu nguyện đẹp ý Đức Chúa Trời, chúng ta phải tra xét lại thái độ và tấm lòng của mình, để chúng ta có thể có thái độ và tấm lòng cầu nguyện đẹp ý Chúa để nhận lãnh được mọi điều mình cầu xin.

Chương 4

Hầu Cho các ngươi Không sa vào chước cám dỗ

Kế đó Ngài [Chúa Giê-su] trở lại với môn đồ
thấy họ đang ngủ,
thì Ngài phán cùng Phi-e-rơ,
"Thế thì các ngươi không tỉnh thức
với ta trong một giờ được?
Hãy thức canh và cầu nguyện
kẻo các ngươi sa vào chước cám dỗ;
tâm thần thì muốn lắm, mà xác thịt thì yếu đuối."

Ma-thi-ơ 26:40-41

1. Đời Sống Cầu Nguyện: Hơi Thở Tâm Linh của Chúng Ta

Đức Chúa Trời chúng ta là Đấng hằng sống, làm chủ trên sự sống, sự chết, sự chúc phước và sự rủa sả, tình yêu thương, sự công chính và sự nhân lành. Ngài chẳng hề muốn con cái mình phải sa vào chước cám dỗ hay đối diện với khổ đau, song Ngài muốn họ có một đời sống tràn đầy phước hạnh. Bởi vậy Ngài đã sai Đức Thánh Linh – Đấng Mưu Luận đến với thế gian để giúp đỡ con cái Ngài thắng hơn đời nầy, xua đuổi kẻ thù ma quỉ, sống một đời sống khỏe mạnh, vui vẻ, và đến với sự cứu rỗi.

Đức Chúa Trời hứa cùng chúng ta trong Giê-rê-mi 29:11-12, *"Vì ta biết ý tưởng ta nghĩ đối cùng các ngươi, là ý tưởng bình an, không phải tai họa, để cho các ngươi được sự trông cậy trong lúc cuối cùng của mình. Bấy giờ các ngươi sẽ kêu cầu ta, sẽ đi cầu nguyện ta, và ta sẽ nhậm lời."*

Nếu muốn có cuộc sống bình an và hy vọng, chúng ta phải cầu nguyện. Nếu liên tục cầu nguyện khi còn sống trong Đấng Christ, chúng ta sẽ không bị cám dỗ, linh hồn chúng ta sẽ được thạnh vượng, những gì dường như "không thể" sẽ trở nên "có thể," mọi công việc sẽ trở nên tốt đẹp, và chúng ta sẽ được sống khỏe mạnh. Song, nếu con cái Đức Chúa Trời chẳng chịu cầu nguyện, vì kẻ thù ma quỉ như sư tử đói rình mò chung quanh tìm kiếm kẻ nào nó có thể nuốt được, chúng ta sẽ đối diện với cám dỗ và gặp phải tai họa.

Nếu tầm quan trọng của sự cầu nguyện trong đời sống con cái Chúa không được nhấn mạnh đủ, cũng giống như sự sống sẽ kết thúc khi chúng ta không còn thở trong mỗi ngày nữa. Bởi vậy, Đức Chúa Trời phán dạy chúng ta hãy cầu nguyện luôn (1 Tê-sa-lô-ni-ca 5:17), nhắc với chúng ta rằng không cầu nguyện là phạm tội (1 Sa-mu-ên 12:23), và dạy chúng ta hãy cầu nguyện để khỏi sa vào chước cám dỗ (Ma-thi-ơ 26:41).

Những người mới tin nhận Chúa Giê-su lần đầu thường thấy cầu nguyện là một việc khó khăn vì họ chẳmg biết phải cầu nguyện như thế nào. Tâm linh đã chết của chúng ta được sinh lại khi chúng ta tin nhận Chúa Giê-su Christ và nhận lãnh Đức Thánh Linh. Tình trạng thuộc linh lúc bấy giờ là ở mức con đỏ; thật khó để cầu nguyện.

Dẫu vậy, nếu không bỏ cuộc mà cứ tiếp tục trong sự cầu nguyện, dùng Lời Chúa làm linh lương hằng ngày, tâm linh của họ sẽ trở nên vững mạnh và lời cầu nguyện của họ sẽ có linh nghiệm hơn. Giống như con người không thể sống mà không thở, họ nhận biết rằng mình không thể sống mà không cầu nguyện.

Trong thời thơ ấu tôi, bọn trẻ thường thi thố nhau để phân thắng bại bằng cách thi nín thở để xem đứa nào nín thở được lâu nhất. Mỗi lần hai đứa đối mặt nhau rồi hít thở thật sâu để chuẩn bị. Khi một đứa trẻ khác hô "Sẵn sàng~" hai cậu nhóc tranh thủ hít thở. Khi "trận tài" hô "Bắt đầu!" Với sự kiên quyết thể hiện trên mặt, hai cậu nhóc ra sức nín thở.

Lúc đầu, việc nín thở chẳng có gì khó lắm. Tuy nhiên, dần dần bọn trẻ cảm thấy bị nghẹt thở, mặt chúng nóng lên và đỏ phừng. Cuối cùng, chúng không thể nín thêm được nữa và buộc phải thở ra. Nếu ngừng thở, chẳng ai có thể sống được.

Tương tự như vậy với sự cầu nguyện. Khi một con người thuộc linh ngưng cầu nguyện, lúc đầu anh ta thấy chẳng có gì khác. Tuy nhiên, qua một thời gian, anh ta cảm thấy chán nản và buồn phiền trong lòng. Nếu có thể nhìn thấy tâm linh anh ta bằng mắt thường của mình, tâm linh ấy đang tiến gần đến sự chết ngạt. Nếu nhận biết được mối nguy hại của việc ngưng cầu nguyện nầy mà phục hồi lại sự cầu nguyện, anh ta có thể trở lại đời sống bình thường trong Đấng Christ. Song, nếu tiếp tục phạm đến tội không cầu nguyện, thì lòng anh ta ngày càng cảm thấy bất hạnh và đau đớn hơn, anh ta sẽ phải chịu đựng với nhiều phương diện trong cuộc sống mình xảy ra không như mong đợi.

"Nghỉ ngơi" trong sự cầu nguyện chẳng phải là ý muốn của Đức Chúa Trời. Cũng giống như chúng ta thở hổn hển cho đến khi hơi thở mình trở lại bình thường, trở lại với đời sống cầu nguyện bình thường như trước là một việc còn khó khăn và đòi hỏi nhiều thời gian hơn. Thời gian "nghỉ ngơi" càng lâu bao nhiêu, thì việc phục hồi lại đời sống cầu nguyện của chúng ta cũng đòi hỏi càng nhiều thời gian bấy nhiêu.

Những người nhận biết rằng sự cầu nguyện là hơi thở của tâm linh mình, sẽ chẳng hề thấy cầu nguyện là một sự khó khăn. Nếu họ vẫn thường cầu nguyện như thế sự hít thở của mình, thay vì cảm thấy cầu nguyện là một sự nỗ lực hay khó khăn, họ sẽ cảm thấy bình an hơn, hy vọng hơn, và vui mừng hơn so với đời sống không cầu nguyện. Ấy là vì càng cầu nguyện, chúng ta càng nhận được sự đáp lời của Đức Chúa Trời và dâng vinh hiển lên cho Ngài nhiều hơn.

2. Lý Do Sự Cám Dỗ Đến Với Những Ai Không Cầu Nguyện

Đức Chúa Giê-su đã nêu cho chúng ta một tấm gương cầu nguyện và phán bảo cùng các môn đệ Ngài rằng, hãy tỉnh thức và cầu nguyện hầu cho họ không sa vào chước cám dỗ (Ma-thi-ơ 26:41). Ngược lại, điều nầy có nghĩa rằng nếu không tiếp tục cầu nguyện, chúng ta sẽ phải sa vào cám dỗ. Vậy, tại sao cám dỗ lại đến với những ai không cầu nguyện?

Đức Chúa Trời đã tạo dựng nên con người đầu tiên là A-đam, khiến cho người trở nên một loài sinh linh, và cho phép người tương giao với Đức Chúa Trời là Đấng Thánh. Sau khi A-đam bất tuân Đức Chúa Trời mà ăn cây biết điều thiện và điều ác, tâm linh người đã bị chết, sự tương giao với Đức Chúa Trời đã trở nên xấu đi, rồi bị đuổi khỏi Vườn Ê-đen. Khi kẻ thù ma quỉ, kẻ cầm quyền chốn không trung, đã nắm quyền cai trị trên con người là những kẻ không còn tương giao với Đức Chúa Trời được nữa, con người ngày càng chìm sâu hơn vào tội lỗi.

Vì tiền công của tội lỗi là sự chết (Rô-ma 6:23), Đức Chúa Trời đã vén bức màn cứu rỗi đến toàn nhân loại là những kẻ đã định trước cho sự chết với sự tiên liệu của Ngài qua Chúa Giê-su Christ. Đức Chúa Trời ấn chứng những ai tin nhận Chúa Giê-su làm Cứu Chúa của mình và ban cho họ quyền làm con cái của Ngài, là những kẻ xưng tội mình, ăn năn, và Đức Chúa Trời ban Đức Thánh Linh cho họ để làm bảo chứng.

Đức Thánh Linh là Đấng Mưu Luận mà Đức Chúa Trời đã sai đến để khiến thế gian tự cáo về tội lỗi, về sự công bình và về sự phán xét (Giăng 16:8), sẽ lấy sự thở than không thể nói được mà cầu khẩn thay cho chúng ta (Rô-ma 8:26), và khiến cho chúng ta được thắng hơn thế gian.

Để được đầy dẫy Thánh Linh và được Ngài dẫn dắt, cầu nguyện là một điều hiển nhiên cần thiết. Chỉ khi cầu nguyện, Đức Thánh Linh mới phán cùng chúng ta, cảm động lòng và ý tưởng chúng ta, cảnh báo chúng ta về những cám dỗ đang treo lơ lửng, cho chúng ta biết cách để tránh khỏi những cám dỗ ấy, giúp chúng ta vượt qua cám dỗ cho dù chúng có đến với chúng ta.

Dầu vậy, nếu không cầu nguyện thì chẳng có cách nào để phân biệt ý muốn của Đức Chúa Trời với ý muốn của con người. Trong cuộc mưu tìm những ham muốn đời nầy, những người không có đời sống cầu nguyện thường xuyên sẽ sống theo lề thói cũ, và theo đuổi những sự hợp lý theo sự công bình riêng của họ. Do vậy, cám dỗ và đau đớn giáng trên họ, khiến họ phải đối diện với đủ thứ khó khăn.

Gia-cơ 1:13-15 có chép rằng, *"Chớ ai đương bị cám dỗ mà nói rằng: Ấy là Đức Chúa Trời cám dỗ tôi; vì Đức Chúa Trời chẳng bị sự ác nào cám dỗ được, và chính Ngài cũng không cám dỗ ai. Nhưng mỗi người bị cám dỗ khi mắc tư dục xui giục mình. Đoạn lòng tư dục cưu mang, sanh ra tội ác; tội ác đã trọn sanh ra sự chết."*

Nói cách khác, cám dỗ đến với những kẻ không cầu nguyện và do vậy họ không phân biệt đâu là ý muốn của Đức Chúa Trời và đâu là ý muốn của con người, rồi họ bị những thèm khát đời nầy quyến dụ, để bị thử thách làm cho đau đớn vì cớ họ không thể vượt qua được cám dỗ. Đức Chúa Trời mong muốn hết thảy con cái Ngài biết cách thỏa lòng trong bất kỳ hoàn cảnh nào, biết chịu nghèo hèn, cũng biết được dư dật, và học biết được bí quyết để được thỏa lòng trong mọi tình huống, dù no hay đói, dù sống trong dư dật hay thiếu thốn (Phi-líp 4:11-12).

Tuy vậy, vì khi những thèm khát đời nầy được cưu mang thì sinh tội lỗi, và tiền công của tội lỗi là sự chết, Đức Chúa Trời không thể che chở cho những kẻ cứ miệt mài trong tội lỗi. Chừng nào người ta còn phạm tội, kẻ thù ma quỉ sẽ mang cám dỗ và đau đớn đến cho họ. Có một số người bị sa vào cám dỗ, làm buồn lòng Chúa mà phàn nàn rằng Ngài đã để họ sa vào cám dỗ và đẩy họ vào đau đớn. Song, ấy là công việc của sự thù hận chống nghịch Đức Chúa Trời, và những kẻ như vậy không thể thắng được cám dỗ và chẳng có chỗ để Đức Chúa Trời hành động vì phước hạnh lâu dài của họ.

Do đó, Đức Chúa Trời phán bảo chúng ta hãy đánh đổ các lý luận và mọi sự tự cao nổi lên nghịch cùng sự hiểu biết Đức Chúa Trời, và bắt hết các ý tưởng làm ta vâng phục Đấng Christ (2 Cô-rinh-tô 10:5). Và Ngài cũng nhắc nhở chúng ta trong Rô-ma 8:6-7, *"Vả, chăm về xác thịt sanh ra sự chết, còn chăm về Thánh Linh sanh ra sự sống và bình an; vì sự chăm về xác thịt nghịch với Đức Chúa Trời, bởi nó không phục dưới luật pháp Đức Chúa Trời, lại cũng không thể phục được."* Hầu hết những thông tin chúng ta học được và cất giữ trong đầu đều là "đúng đắn" trước khi gặp Chúa, song dưới ánh sáng của lẽ thật chúng lộ ra sự giả dối. Vì vậy khi đánh đổ mọi lý luận và ý tưởng xác thịt, chúng ta có thể hoàn toàn làm theo ý muốn của Đức Chúa Trời. Hơn nữa, nếu nuốn đánh đổ các lý luận và mọi sự kiêu ngạo để làm theo lẽ thật, chúng ta phải cầu nguyện.

Đôi khi Đức Chúa Trời của tình yêu thương sửa phạt những con cái yêu dấu của Ngài hầu cho chúng không sa vào con đường hủy diệt mà cho phép cám dỗ đến với họ ngõ hầu họ có thể ăn năn và xoay khỏi con đường sai trật của mình. Khi người ta tra xét lại chính mình và ăn năn mọi sự không đúng đắn trước mặt Đức Chúa Trời, tiếp tục cầu nguyện, tập chú vào Đấng lấy mọi sự hiệp lại để làm ích cho những kẻ yêu mến Ngài, và vui mừng luôn. Đức Chúa Trời sẽ nhìn thấy đức tin của họ và chắc chắn sẽ đáp lời họ.

3. Tâm Linh thì Mong Muốn nhưng Thể Xác lại Yếu Đuối

Trong đêm trước khi Ngài chịu thập hình, Đức Chúa Giê-su đi cùng môn đệ đến một nơi gọi là Ghết-sê-ma-nê và cầu nguyện hết sức tha thiết. Khi thấy môn đệ mình đương ngủ, Đức Chúa Giê-su xót xa mà rằng, *"Tâm thần thì muốn lắm, nhưng xác thịt thì yếu đuối"* (Ma-thi-ơ 26:41).

Trong Kinh Thánh có những thuật ngữ như "xác thịt," "những sự thuộc về xác thịt," và "những công việc của xác thịt." Một mặt, "xác thịt" thì nghịch với "tâm linh" và nhìn chung nói đến những thứ hay hư nát và thay đổi. Nó nói đến mọi tạo vật, kể cả con người trước khi được biến đổi bởi lẽ thật, cây cỏ, mọi loài thú, cùng những thứ tương tự. Mặt khác, "tâm linh" nói đến những sự thuộc về cõi đời đời, chân thật, và không thay đổi.

Vì sự bất tuân của A-đam, hết thảy người nam cũng như người nữ sinh ra đều kế thừa bản tính tội lỗi, ấy là nguyên tội. "Kỷ tội" là sự phạm đến những việc giả dối do sự xúi giục của ma qui. Con người trở nên "xác thịt" khi sự giả dối làm vấy bẩn thân thể họ và thân thể họ kết hiệp với bản tính tội lỗi. Đây là những gì Rô-ma 9:8 nói đến "con cái thuộc về xác thịt." Câu nầy nói rằng, *"Nghĩa là chẳng phải con cái thuộc về xác thịt là con cái Đức Chúa Trời, nhưng con cái thuộc về lời hứa thì được kể là dòng dõi Áp-ra-ham vậy."* Còn Rô-ma 13:14 cảnh báo rằng, *"Hãy mặc lấy Đức Chúa Giê-su Christ, chớ chăm nom về xác thịt mà làm cho phỉ lòng dục nó."*

Vả lại, *"những sự thuộc về xác thịt"* là những thứ được phân ra theo nhiều thuộc tính tội lỗi như lừa dối, ganh ghét, đố kỵ, và thù hận (Rô-ma 8:5-8). Mặc dù chúng chưa được thể hiện bằng hành động bên ngoài, song có thể xui khiến cho trở thành việc làm. Khi những thèm khát nầy được biến thành hành động, chúng được xem là *"các việc làm của xác thịt"* (Ga-la-ti 5:19-21).

Đức Chúa Giê-su muốn nói gì khi Ngài nói rằng, "xác thịt lại yếu đuối"? Phải chăng Ngài nói đến tình trạng sức khỏe của các môn đệ? Như những người nguyên trước đây làm nghề đánh cá, như Phi-e-rơ, Gia-cơ, và Giăng là những con người đang thời trai trẻ và sức lực tráng kiện. Đối với những người từng trải qua hàng đêm thức trắng để đánh cá, thì việc thức đêm một vài giờ chỉ là chuyện nhỏ. Dẫu vậy, thậm chí Chúa Giê-su bảo họ ở đó và tỉnh thức cùng Ngài, ba môn đệ ấy đã không thể cầu nguyện, song đã ngủ thiếp đi. Họ có thể đã đi đến Ghết-sê-ma-nê để cầu nguyện cùng Chúa Giê-su, song ước muốn nầy chỉ ở trong lòng họ. Thay vì nói thể xác họ "yếu đuối," Ngài muốn nói với ba người ấy rằng họ không thể ngăn cản được sự ham muốn của xác thịt là thứ cám dỗ họ ngủ và nghỉ.

Phi-e-rơ là một trong những môn đệ yêu quý của của Chúa Giê-su cũng không thể cầu nguyện vì cớ xác thịt yếu đuối của mình cho dù tinh thần của người thì mong muốn, khi Chúa Giê-su bị bắt và bị đe dọa đến tính mạng, người đã ba lần chối rằng mình chẳng biết đến Chúa. Điều nầy xảy ra trước khi Chúa Giê-su sống lại và thăng thiên về trời, Phi-e-rơ đã bị lún sâu vào sợ hãi vì cớ chưa nhận được Đức Thánh Linh. Tuy nhiên, sau khi đã nhận được Đức Thánh Linh rồi, Phi-e-rơ đã có thể khiến cho người chết sống lại, bày tỏ nhiều dấu kỳ phép lạ, và đủ lòng can đảm để chịu đóng đinh ngược. Những dấu hiệu của sự yếu đuối của Phi-e-rơ đã không còn nữa kể từ khi người được biến đổi thành một sứ đồ dạn dĩ bởi quyền phép của Đức Chúa Trời và chẳng hề sợ hãi cái chết. Ấy là vì Chúa Giê-su đã đổ huyết báu, huyết vô tội và không tì vết để cứu chúng ta khỏi mọi bệnh tật, nghèo khó, và yếu đuối. Nếu sống bởi đức tin, vâng phục Lời Chúa, chúng ta sẽ được vui hưởng sự khỏe mạnh cả về thể xác lẫn tâm linh, có làm những việc mà loài người không thể làm, và mọi sự đều là có thể đối với chúng ta.

Tuy nhiên, đôi khi có một số người phạm tội, thay vì ăn năn tội lỗi mình, họ liền nói rằng, "Xác thịt yếu đuối" và cho rằng phạm tội là lẽ đương nhiên. Những người thốt ra những lời lẽ như vậy là vì họ không giác ngộ lẽ thật. Giả sử có người cha cho con mình 1.000 US$. Thật buồn cười biết bao nếu người con ấy bỏ tiền vào túi rồi lại đi nói với cha mình rằng, "Tôi chẳng có một đồng xu dính túi nào"? Thật buồn bực biết bao cho người cha nếu người con cứ vẫn giữ 1.000 US$ ấy mà phải nhịn đói không mua một cái gì để? Thế thì, đối với những người trong chúng ta là những kẻ đã nhận lãnh Đức Thánh Linh rồi, mà nói rằng, "Xác thịt thì yếu đuối" là một nghịch lý.

Tôi thấy nhiều người đã từng đi ngủ lúc 10 giờ đêm, bấy giờ tham gia vào "Nhóm Cầu Nguyện Thâu Đêm Thứ Sáu." Sau khi cầu nguyện và nhận được sự vùa giúp của Đức Thánh Linh, họ không cảm thấy mệt mỏi hay buồn ngủ, mọi tối thứ sáu hàng tuần họ đều dâng lên cho Chúa với sự đầy dẫy Đức Thánh Linh. Ấy là vì, trong sự đầy dẫy Đức Thánh Linh, mắt thuộc linh của họ trở nên nhạy bén hơn, lòng họ tràn đầy sự vui mừng, họ không cảm thấy mệt mỏi, thể xác họ cảm thấy nhẹ nhàng hơn.

Vì chúng ta sống trong kỷ nguyên của Đức Thánh Linh, chúng ta không được lơ là trong sự cầu nguyện, hay phạm tội mà nói rằng ấy là vì "xác thịt yếu đuối." Thay vào đó, chúng ta phải tỉnh thức và cầu nguyện luôn, chúng ta phải nhận lãnh sự vùa giúp của Đức Thánh Linh để quăng xa những thứ thuộc về xác thịt, những công việc của xác thịt và những điều tương tự, sốt sắng trong đời sống Cơ Đốc Nhân bằng cách luôn làm theo ý muốn của Đức Chúa Trời.

4. Phước Hạnh dành Cho Những Ai Tỉnh Thức và Cầu Nguyện

1 Phi-e-rơ 5:8-9 khuyên dạy chúng ta rằng, *"Hãy tiết độ và tỉnh thức. Kẻ thù nghịch anh em là ma quỉ, như sư tử rống, đi rình mò chung quanh anh em, tìm kiếm người nào nó có thể nuốt được. Hãy đứng vững trong đức tin mà chống cự nó, vì biết rằng anh em mình ở rải khắp thế gian, cũng đồng chịu*

hoạn nạn như mình." Kẻ thù là ma quỉ và Sa-tan, kẻ cầm quyền chốn không trung, cố gắng lôi kéo những anh em trong Chúa sang con đường lầm lạc và nếu có cơ hội, chúng tìm cách cản trở đức tin của dân sự Ngài.

Nếu ai đó muốn nhổ bậc rễ một cái cây, trước hết anh ta phải thử lay nó. Nếu thân cây to, khỏe, và rễ cây ăn sâu vào lòng đất, anh ta sẽ bỏ cuộc và thử lay cây khác. Khi thấy dường như cây thứ hai dễ nhổ bật rễ hơn cây thứ nhất, anh ta sẽ dùng hết quyết tâm để lay cây ấy mạnh hơn. Đồng thế ấy, kẻ thù ma quỉ là kẻ tìm kiếm và dụ dỗ chúng ta sẽ bị xua đuổi nếu chúng ta cứ đứng vững vàng. Tuy nhiên, nếu chúng ta bị lung lay cho dù chỉ là chút ít, kẻ thù sẽ tiếp tục mang cám dỗ đến để đánh đổ chúng ta.

Để nhận biết và triệt phá mưu chước của kẻ thù là ma quỉ và bước đi trong sự sáng bằng cách sống theo Lời Đức Chúa Trời, chúng ta phải tranh chiến trong sự cầu nguyện để nhận lấy sức lực từ nơi Chúa và quyền phép từ nơi cao. Đức Chúa Giê-su là con một của Đức Chúa Trời đã có thể làm trọn mọi sự theo ý muốn của Cha nhờ quyền năng của sự cầu nguyện. Trước khi khởi sự công khai chức vụ, Đức Chúa Giê-su đã chuẩn bị mình qua việc kiêng ăn bốn mươi ngày đêm, qua suốt ba năm chức vụ, Ngài đã bày tỏ nhiều công việc đáng kinh ngạc bởi quyền năng Đức Chúa Trời nhờ vào sự cầu nguyện liên tục và thường xuyên. Vào cuối thời điểm công khai chức vụ, Đức Chúa Giê-su đã có thể phá hủy quyền của sự chết và chiến thắng nó qua sự sống lại vì Ngài đã tranh chiến trong sự cầu nguyện tại Ghết-sê-ma-nê. Bởi đó Ngài đã khuyên giục chúng ta *"Phải bền đỗ và tỉnh thức trong sự cầu nguyện, mà thêm sự tạ ơn vào"* (Cô-lô-se 4:2), và *"Sự cuối cùng của muôn vật đã gần; vậy hãy khôn ngoan tỉnh thức mà cầu nguyện"* (1 Phi-e-rơ 4:7). Ngài cũng dạy chúng ta hãy cầu nguyện rằng, *"Xin chớ để chúng tôi bị cám dỗ, mà cứu chúng tôi khỏi điều ác"* (Ma-thi-ơ 6:13). Ngăn ngừa để khỏi sa vào chước cám dỗ là điều vô cùng quan trọng. Nếu sa vào cám dỗ, có nghĩa rằng chúng ta đã không thể vượt qua được nó, trở nên mệt mỏi, mà thụt lùi trong đức tin – chẳng có gì để Chúa Hài lòng được.

Khi chúng ta giữ cho mình được tỉnh thức để cầu nguyện, Đức Thánh Linh sẽ dạy chúng ta bước đi trên con đường đúng đắn và tranh chiến để quăng xa tội lỗi mình. Vả lại. chừng nào linh hồn chúng ta được thịnh vượng, chúng ta sẽ có tâm hình giống với Chúa hơn, chúng ta sẽ làm tốt mọi công việc trong cuộc sống, và chúng ta cũng sẽ được chúc phước trên sức khỏe mình.

Cầu nguyện là bí quyết để mọi sự trong đời sống chúng ta được tốt đẹp và nhận lãnh phước hạnh ban cho trên sức khỏe và tâm linh mình. Chúng ta được hứa trong 1 Giăng 5:18, *"Chúng ta biết rằng ai sinh bởi Đức Chúa Trời thì chẳng phạm tội; nhưng ai sinh bởi Đức Chúa Trời thì tự giữ lấy mình, ma quỉ chẳng làm hại người được."* Bởi vậy khi chúng ta tỉnh thức để cầu nguyện và bước đi trong sự sáng, chúng ta sẽ được che chở khỏi kẻ thù là ma quỉ, và cho dù nếu có sa vào cám dỗ, Đức

Chúa Trời cũng sẽ chỉ ra cho chúng ta con đường để thoát khỏi đó, và mọi sự sẽ lấy làm ích lợi cho những kẻ yêu mến Ngài.

Vì Đức Chúa Trời bảo chúng ta hãy cầu nguyện luôn, chúng ta phải trở nên con cái phước hạnh của Ngài là những kẻ đặt đời sống mình trong Đấng Christ, giữ cho mình luôn tỉnh táo, xua đuổi kẻ thù là ma quỉ, để nhận lấy mọi thứ phước hạnh mà Đức Chúa Trời đã dự sẵn cho chúng ta.

1 Tê-sa-lô-ni-ca 5:23 có chép rằng, *"Nguyền xin chính Đức Chúa Trời bình an khiến anh em nên thánh trọn vẹn, và nguyền xin, tâm thần, linh hồn và thân thể của anh em đều được giữ trọn vẹn, không chỗ trách được, khi Đức Chúa Giê-su Christ chúng ta đến."*

Nguyện hết thảy anh chị em đều nhận được sự vùa giúp của Đức Thánh Linh qua sự tỉnh thức và cầu nguyện luôn, có một tấm lòng không tì không vết để xứng đáng là con cái của Đức Chúa Trời, qua sự quăng xa mọi bản tính tội lỗi và cắt bì lòng mình bằng Đức Thánh Linh, vui hưởng thẩm quyền được làm con cái Ngài để nhờ đó linh hồn chúng ta được thịnh vượng, thành công mọi sự trong cuộc sống và luôn khỏe mạnh, trong mọi sự chúng ta làm đều vì sự vinh hiển của Đức Chúa Trời. Trong danh Đức Chúa Giê-su Christ, tôi dâng lời cầu nguyện!

Chương 5

Lời Cầu Nguyện Linh Nghiệm của Người Công Bình

Người công bình lấy lòng sốt sắng cầu nguyện,
thật có linh nghiệm nhiều.
Ê-li vốn là người yếu đuối như chúng ta,
người cầu nguyện, cố nài xin cho đừng mưa,
thì không mưa xuống đất trong ba năm rưỡi.
Đoạn người cầu nguyện lại,
trời bèn mưa và đất sanh sản hoa màu.

Gia-cơ 5:16 -18

1. Lời Cầu Nguyện bởi Đức Tin Chữa Lành Người Bệnh

Khi nhìn lại đời sống mình, có những khi chúng ta cầu nguyện trong giữa khổ đau, cũng có những khi chúng ta ngợi khen và vui mừng sau khi nhận lãnh được sự đáp lời của Chúa. Có những lúc chúng ta cùng nhau cầu nguyện chữa lành cho người thân, và có những lúc chúng ta dâng vinh hiển lên Đức Chúa Trời sau khi đã hoàn thành được điều không thể làm được đối với con người bởi sự cầu nguyện.

Trong Hê-bơ-rơ 11, chúng ta tìm thấy có nhiều câu đề cập đến đức tin. Chúng ta được nhắc nhở trong câu 1 rằng *"Vả đức tin là sự biết chắc vững vàng của những điều mình đương trông mong, là bằng cớ của những điều mình chẳng xem thấy,"* trong khi đó *"Không có đức tin, thì chẳng hề có thể nào ở cho đẹp ý Ngài; vì kẻ nào đến gần Đức Chúa Trời phải tin rằng có Đức Chúa Trời, và Ngài là Đấng hay thưởng cho kẻ tìm kiếm Ngài"* (Câu 6).

Đức tin được phân biệt thành "đức tin xác thịt" và "đức tin thuộc linh." Một mặt, bởi đức tin xác thịt chúng ta có thể tin Lời Chúa chỉ khi Lời ấy hợp với ý tưởng của mình. Đức tin xác thịt nầy chẳng đem lại thay đổi nào cho đời sống chúng ta. Mặt khác, bởi đức tin thuộc linh, chúng ta có thể tin vào quyền năng Đức Chúa Trời hằng sống và Lời của Ngài cho dù nó không hợp với ý tưởng và lý luận của mình. Khi chúng ta tin vào công việc của Đấng đã tạo nên muôn vật từ hư không, chúng ta kinh nghiệm về những thay đổi rõ ràng trong đời sống mình cũng như những dấu kỳ và phép lạ của Ngài, để rồi tin rằng mọi sự đều có thể đối với những kẻ tin.

Ấy là tại sao Chúa Giê-su phán cùng chúng ta rằng, *"Những kẻ tin sẽ được các dấu lạ nầy: Lấy danh ta mà trừ quỉ; dùng tiếng mới mà nói; bắt rắn trong tay; nếu uống giống chi độc, cũng chẳng hại gì; hễ đặt tay trên kẻ đau, thì kẻ đau sẽ lành"* (Mác 16:17-18), *"Ai tin thì mọi việc đều được cả"* (Mác 9:23), và rằng *"Bởi vậy ta nói cùng các ngươi: Mọi điều các ngươi xin trong lúc cầu nguyện, hãy tin đã được, tất điều đó sẽ ban cho các ngươi"* (Mác 11:24).

Làm thế nào để có được đức tin thuộc linh và trực tiếp kinh nghiệm quyền năng lớn lao của Đức Chúa Trời chúng ta? Trên hết mọi sự, chúng ta phải nhớ lại điều mà sứ đồ Phao-lô đã nói trong 2 Cô-rinh-tô 10:5, *"Chúng tôi đánh đổ các lý luận, mọi sự tự cao nổi lên nghịch cùng sự hiểu biết Đức Chúa Trời, và bắt các ý tưởng làm tôi vâng phục Đấng Christ."* Cho đến thời điểm nầy, chúng ta không được xem những hiểu biết mà chúng ta đã học được là đúng đắn. Thay vào đó, chúng ta phải phá bỏ mọi ý tưởng và lý luận là những thứ nghịch với Lời Chúa, bắt chúng ta phải vâng phục lẽ thật Lời Ngài, và sống bởi lời ấy. Chừng nào chúng ta phá đổ những ý tưởng xác thịt và quăng xa những sự giả dối ra khỏi đời sống mình, thì linh hồn chúng ta sẽ được thịnh vượng và sẽ có được đức tin thuộc linh để nhờ đó mà chúng ta có thể tin.

Đức tin thuộc linh là lượng đức tin mà Đức Chúa Trời đã ban cho mỗi chúng ta (Rô-ma 12:3). Sau khi được nghe giảng phúc âm và tin nhận Chúa Giê-su Christ lần đầu, đức tin chúng ta chỉ bằng hột cải. Khi tiếp tục siêng năng tham gia các buổi thờ phượng, nghe Lời Chúa, và tin theo, chúng ta ngày càng trở nên công chính hơn. Hơn nữa, khi đức tin chúng ta trở nên một đức tin lớn, những dấu hiệu cặp theo những kẻ tin, chắc chắn sẽ cặp theo chúng ta.

Trong sự cầu nguyện chữa lành người bệnh, hãy ghi nhớ rằng trong lời cầu nguyện nầy phải có sự thành tín của người cầu nguyện. Đối với thầy đội – người có đứa đầy tớ bị bại liệt và đang bị những cơn đau kinh khủng giày vò – được nói đến trong Ma-thi-ơ 8 đã có đức tin rằng đầy tớ của mình sẽ được lành chỉ cần Chúa Giê-su phán một lời, tức thì nội trong giờ đó đầy tớ của người đã được chữa lành (Ma-thi-ơ 8:5-13).

Vả lại, khi cầu nguyện cho kẻ đau, chúng ta phải dạn dĩ bởi đức tin để đánh đổ hết mọi sự nghi ngờ, vì Lời Chúa có phán rằng, *"Nhưng phải lấy đức tin mà cầu xin, chớ nghi ngờ; vì kẻ hay nghi ngờ giống như sóng biển, bị gió động và đưa đi đây đi đó. Người như thế chớ nên tưởng mình nhận lãnh được vật chi từ nơi Chúa"* (Gia-cơ 1:6-7).

Đức Chúa Trời lấy làm đẹp lòng với loại đức tin mạnh mẽ và vững vàng, chẳng hề lung lay hay chao đảo, khi chúng ta hiệp một trong tình yêu thương mà cầu nguyện cho người bệnh bởi đức tin, Đức Chúa Trời sẽ hành động cách lớn lao hơn. Vì bệnh tật là bởi tội lỗi gây nên, còn Giê-hô-va Đức Chúa Trời là Đấng chữa lành ta (Xuất Ê-díp-tô 15:26), khi chúng ta xưng tội cùng nhau và cầu nguyện cho nhau, Đức Chúa Trời sẽ tha thứ và chữa lành cho chúng ta.

Khi cầu nguyện bởi đức tin thuộc linh và tình yêu cao cả, chúng ta sẽ kinh nghiệm được công việc lớn lao của Đức Chúa Trời, để chứng thực tình yêu của Ngài, và tôn vinh Ngài.

2. Lời Cầu Nguyện của Người Công Bình thật Quyền Năng và Linh Nghiệm Thay

Theo từ điển *Merriam-Webster,* người công bình là người "hành động theo thánh luật hay luật của lương tâm; không dính dáng đến điều sai quấy hay tội lỗi." Song, Rô-ma 3:10 cho chúng ta biết rằng, *"Chẳng có một người công bình nào hết, dẫu một người cũng không."* Và Đức Chúa Trời nói rằng, *"Chẳng phải kẻ nghe đọc luật pháp là người công bình trước mặt Đức Chúa Trời, bèn là kẻ làm theo luật pháp được xưng công bình vậy"* (Rô-ma 2:13), và *"vì chẳng có một người nào bởi việc làm theo luật pháp mà sẽ được xưng công bình trước mặt Ngài, vì luật pháp cho người ta biết tội lỗi"* (Rô-ma 3:20).

Tội lỗi thâm nhập vào thế gian qua sự bất tuân của A-đam con người đầu tiên do Đức Chúa Trời tạo dựng nên để rồi vô số người phải chịu định án qua tội của một người (Rô-ma 5:12,

18). Đối với loài người là những kẻ bị thiếu mất sự vinh hiển của Đức Chúa Trời, ngoài Luật Pháp, sự công bình của Đức Chúa Trời đã được bày tỏ, và sự công bình của Đức Chúa Trời đến bởi đức tin nơi Chúa Giê-su Christ cho hết thảy những kẻ tin (Rô-ma 3:21-23).

Vì sự "công bình" của đời nầy thay đổi thất thường tùy theo giá trị của mỗi thế hệ, nó không thể là tiêu chuẩn đích thực của sự công bình. Tuy vậy, vì Đức Chúa Trời là Đấng bất biến, sự công bình của Ngài là chuẩn mực cho sự công bình đích thực.

Vì thế, Rô-ma 3:28 có chép rằng, *"Chúng ta khẳng định rằng người ta được xưng công bình bởi đức tin, chớ không bởi việc làm theo luật pháp."* Song, chúng ta không hủy bỏ luật pháp, trái lại chúng ta làm vững bền luật pháp (Rô-ma 3:31).

Nếu trở nên công bình bởi đức tin, chúng ta phải kết trái của sự nên thánh bởi việc thoát khỏi tội lỗi và trở nên tôi tớ Đức Chúa Trời. Chúng ta phải cố gắng trở nên thật sự công chính bởi việc quăng xa mọi điều giả dối trái nghịch với Lời Chúa và sống bởi lẽ thật của Lời Ngài.

Đức Chúa Trời xưng "công bình" cho những kẻ có đức tin cặp theo bởi việc làm và những ai tranh chiến để sống theo Lời Ngài trong mỗi ngày, bày tỏ công việc của Ngài trong sự đáp lời của Chúa đối với sự cầu nguyện họ. Làm thế nào để Đức Chúa Trời nhậm lời cầu nguyện của những kẻ chỉ đến hội thánh theo thói quen nhưng lại xây tường tội lỗi ngăn cách mình với Đức Chúa Trời bởi sự không vâng lời cha mẹ, bất hòa với anh em, và làm những việc sai trái?

Đức Chúa Trời khiến cho lời cầu nguyện của người công bình – là những người làm theo, sống bởi Lời của Đức Chúa Trời và mang lấy tình yêu thương của Ngài – đầy năng quyền và linh nghiệm bằng cách ban cho người quyền phép của sự cầu nguyện.

Lu-ca 18:1-18 là Dụ Ngôn về Bà Góa bền đỗ. Câu chuyện mô tả những nét nổi bật của một bà góa và việc thưa kiện mà bà đã mang đến trước một quan án là kẻ chẳng kính sợ Đức Chúa Trời cũng chẳng tôn trọng ai. Cho dù quan án kia là kẻ chẳng kính sợ Đức Chúa Trời cũng chẳng quan tâm đến ai, cuối cùng ông ta cũng phải đáp ứng yêu cầu của bà góa ấy. Quan án đó tự nhủ rằng, *"Dầu ta không kính sợ Đức Chúa Trời, không vị nể ai hết, song vì đàn bà góa nầy cứ quấy rầy ta, ta sẽ xét lẽ công bình cho nó, để nó không tới luôn làm nhức đầu ta"* (Câu 4-5).

Cuối câu chuyện dụ ngôn Đức Chúa Giê-su phán rằng, *"Các ngươi có nghe lời quan án không công bình đó đã nói chăng? Vậy, có lẽ nào Đức Chúa Trời chẳng xét lẽ công bình cho những người đã được chọn, là kẻ đêm ngày kêu xin Ngài, mà lại chậm chạp đến cứu họ sao"* (Lu-ca 18:7).

Dẫu vậy, khi nhìn quanh chúng ta thấy có những kẻ tự xưng là con cái của Đức Chúa Trời, thường xuyên ngày đêm cầu nguyện, song chẳng được Ngài nhậm lời. Những người như vậy phải nhận biết rằng họ chưa trở nên công chính trước mặt Đức

Chúa Trời.

Phi-líp 4:6-7 khuyên chúng ta rằng, *"Chớ lo phiền chi hết, nhưng trong mọi sự hãy dùng lời cầu nguyện, nài xin, và sự tạ ơn mà trình các sự cầu xin của mình cho Đức Chúa Trời. Sự bình an của Đức Chúa Trời vượt quá mọi sự hiểu biết, sẽ gìn giữ lòng và ý tưởng anh em trong Đức Chúa Giê-su Christ."* Tùy vào sự người ta trở nên "công chính" được bao nhiêu trước mặt Đức Chúa Trời, sự cầu nguyện bởi đức tin và tình yêu thương của họ, mức độ mà họ sẽ nhận được sự đáp lời của Chúa cũng khác nhau. Sau khi đã đáp ứng được phẩm chất của một người công bình, lời cầu nguyện của người ấy sẽ được nhậm cách không chậm trễ để dâng vinh hiển lên cho Đức Chúa Trời. Vì thế, việc phá đổ bức tường tội lỗi cản trở con đường đến với Đức Chúa Trời là điều vô cùng quan trọng đối với mỗi chúng ta để có đủ tư cách mà được xưng "công bình" trước mặt Đức Chúa Trời, và sốt sắng cầu nguyện bởi đức tin trong tình yêu thương.

3. Ân Tứ và Quyền Phép

"Ân Tứ" là sự ban cho cách nhưng không của Đức Chúa Trời và là nói đến công việc đặc biệt bởi tình yêu của Ngài. Càng cầu nguyện, người ta càng trở nên khao khát và cầu xin ân tứ của Đức Chúa Trời. Dẫu vậy, đôi khi người ta có thể cầu xin Đức Chúa Trời ban cho họ để làm thỏa mãn thèm khát giả dối mình. Ấy là điều mang lại cho họ sự hủy diệt vì là sự không đúng đắn trước mặt Đức Chúa Trời, người ta phải tự giữ lấy mình để tránh khỏi sự nầy.

Công Vụ 8 có nói đến một thuật sĩ tên là Si-môn, sau khi nghe phi-líp giảng phúc âm rồi thì bèn đi theo người đến khắp nơi, người thấy những dấu kỳ phép lạ đã làm ra, thì lấy làm lạ lắm (Câu 9-13). Khi Si-môn thấy rằng bởi các sứ đồ đặt tay lên thì có ban Đức Thánh Linh xuống, bèn lấy bạc dâng cho mà nói rằng, *"Cũng hãy cho tôi quyền phép ấy, để tôi đặt tay trên ai thì nấy được nhận lấy Đức Thánh Linh"* (Câu 17-19). Đáp lại, Phi-e-rơ quở trách Si-môn mà rằng: *"Tiền bạc ngươi hãy hư mất với ngươi, vì ngươi tưởng lấy tiền bạc mua được sự ban cho của Đức Chúa Trời! Ngươi chẳng có phần hoặc số trong việc nầy; vì lòng ngươi chẳng ngay thẳng trước mặt Đức Chúa Trời. Vậy, hãy ăn năn điều ác mình, và cầu nguyện Chúa, hầu cho ý tưởng của lòng ngươi đó họa may được tha cho. Vì ta thấy ngươi đương ở trong mật đắng và trong xiềng tội ác"* (Câu 20-23).

Vì ân tứ được ban cho những kẻ làm chứng về Đức Chúa Trời hằng sống để cứu nhân loại, ân tứ phải được bày tỏ dưới sự cho phép của Đức Thánh Linh. Do vậy, khi cầu xin ân tứ của Đức Chúa Trời, trước hết chúng ta phải trở nên công chính trước mặt Ngài.

Sau khi linh hồn đã được sung mãn và chúng ta đã được đúc nắn thành một công cụ hữu dụng trong tay Đức Chúa Trời, Ngài cho phép chúng ta cầu xin ân tứ trong sự soi dẫn của Đức

Thánh Linh và sẽ cho chúng ta những ân tứ mà chúng ta đã cầu xin.

Chúng ta biết rằng mỗi một tổ phụ đức tin của chúng ta đều được Đức Chúa Trời sử dụng cho một trong những phạm vi mục đích nhất định nào đó. Một số bày tỏ quyền năng lớn lao của Ngài, một số khác chỉ tiên tri mà chẳng có sự bày tỏ quyền phép nào, và cũng có một số thì chỉ dạy dỗ người ta. Càng có được đức tin và tình yêu trọn vẹn bao nhiêu, Đức Chúa Trời càng ban cho họ quyền năng lớn lao và khiến họ bày tỏ những công việc kỳ diệu hơn bấy nhiêu.

Khi sống với tư cách là một hoàng tử xứ Ê-díp-tô, tính khí của Môi-se nóng nảy và mẫn cảm đến mức khiến ông đã sát hại ngay một người Ê-díp-tô vì kẻ nầy đã ngược đãi một người anh em Y-sơ-ra-ên của mình (Xuất Ê-díp-tô 2:12). Dầu vậy, sau khi trải qua nhiều thử thử thách, Môi-se đã trở nên một con người rất đỗi khiêm nhường, khiêm nhường hơn bất kỳ ai trên thế gian, bấy giờ người đã nhận lãnh được quyền năng lớn lao. Người đã dẫn dân sự Y-sơ-rơ-ên ra khỏi Ê-díp-tô bởi sự bày tỏ nhiều dấu kỳ và phép lạ (Dân Số Ký 12:3).

Chúng ta cũng đã được biết về sự cầu nguyện của Tiên Tri Ê-li như có chép trong Gia-cơ 5:17-18, *"Ê-li vốn là người yếu đuối như chúng ta, người cầu nguyện, cố nài xin cho đừng mưa, thì không mưa xuống đất trong ba năm rưỡi. Đoạn người cầu nguyện lại, trời bèn mưa và đất sanh sản hoa màu."*

Theo như những gì chúng ta đã thấy và những gì Kinh Thánh cho chúng ta biết, thì lời cầu nguyện của người công bình có quyền năng và linh nghiệm nhiều. Sức mạnh và quyền năng của người công bình là rất đặc biệt. Trong khi có lời cầu nguyện mà cho dù cứ lặp đi lặp lại nhiều lần cũng vẫn không được nhậm, cũng có lời cầu nguyện có sức mạnh kỳ diệu đã khiến Ngài đáp lời đồng thời khiến bày tỏ được quyền năng Ngài. Đức Chúa Trời lấy làm vui lòng mà nhậm lời cầu nguyện bởi đức tin, cùng tình yêu và sự tận hiến, cho phép người ta dâng vinh hiển lên cho Ngài qua nhiều ân tứ khác nhau và quyền năng mà Ngài ban cho họ.

Song, chẳng ai trong chúng ta công chính ngay từ đầu; chỉ sau khi tin nhận Chúa Giê-su Christ chúng ta mới trở nên công chính bởi đức tin. Chúng ta trở nên công chính cho đến chừng chúng ta nhận biết về tội lỗi bởi việc nghe Lời Ngài, loại bỏ những điều giả dối, và linh hồn chúng ta được thịnh vượng. Và lại, vì chúng ta sẽ được biến đổi thành con người công chính hơn chừng nào chúng ta sống và bước đi trong sự sáng và sự công chính, đời sống hàng ngày chúng ta phải được thay đổi bởi Đức Chúa Trời hầu cho cũng có thể xưng nhận theo cách mà sứ đồ Phao-lô đã xưng nhận, *"Tôi chết hàng ngày"* (1 Cô-rinh-tô 15:31).

Tôi nài khuyên anh chị em hãy tra xét lại đời sống mình từ trước đến nay để biết rằng có bức tường tội lỗi nào trên con đường chúng ta đến với Đức Chúa Trời chăng, nếu có, hãy phá đổ ngay, chớ hề trì hoãn.

Nguyện mỗi chúng ta đều vâng phục bởi đức tin, sự hy sinh trong tình yêu thương, để cầu nguyện với tư cách là một người công bình hầu cho chúng ta sẽ được xưng là công bình, mọi sự chúng ta làm đều được phước, và dâng trọn sự vinh hiển lên cho Đức Chúa Trời. Trong danh Cứu Chúa chúng ta, tôi xin dâng lời cầu nguyện!

Chương 6

Nếu Hai người Trong Các Ngươi Thuận Ý nhau ở Dưới Đất

Ta lại nói cùng các ngươi,
nếu hai người trong các ngươi thuận
ý nhau ở dưới đất
mà cầu xin không cứ việc chi,
thì Cha ta ở trên trời sẽ cho họ.
Vì nơi nào có hai ba người
nhân danh ta nhóm nhau lại,
thì ta ở giữa họ.

Ma-thi-ơ 18:19-20

1. Đức Chúa Trời Vui Lòng Nhậm Lời Cầu Nguyện Hiệp Một

Tục ngữ Triều Tiên có câu, "Cho dù là nhấc một mảnh giấy lên chúng ta cũng nên chung sức." Thay vì tự cô lập mình và tự giải quyết mọi công việc, câu ngạn ngữ cổ nầy dạy chúng ta rằng khi có sự chung sức của nhiều người thì tính hiệu quả của công việc sẽ tốt hơn. Giáo lý Cơ Đốc nhấn mạnh trên tình yêu cộng đồng giữa hội thánh và những người xóm giềng phải là một gương tốt trong mối quan hệ nầy.

Truyền Đạo 4:9-12 dạy rằng, *"Hai người hơn một, vì họ sẽ được công giá tốt về công việc mình. Nếu người nầy sa ngã, người kia sẽ đỡ bạn mình lên; nhưng khốn thay cho kẻ ở một mình mà sa ngã, không có ai đỡ mình lên! Cũng vậy, nếu hai người ngủ chung thì ấm; còn một người thì làm sao ấm được? Lại nếu kẻ ở một mình bị người khác thắng, thì hai người có thể chống cự nó; một sợi dây bện ba lấy làm khó đứt."* Những câu nầy dạy rằng khi người ta hiệp lòng và chung sức nhau, thì có thể đem lại vui mừng và sức mạnh lớn lao hơn.

Đồng một thể ấy, Ma-thi-ơ 18:19-20 cho chúng ta biết về tầm quan trọng của sự cầu nguyện hiệp một khi các tín hữu nhóm lại với nhau là thể nào. Có sự cầu nguyện "riêng tư" là sự cầu nguyện mà qua đó người ta cầu nguyện cho những nan đề riêng của mình dựa trên sự cầu nguyện cá nhân hay trên sự suy gẫm Lời Chúa trong những lúc yên lặng, và có "sự cầu nguyện hiệp một" qua đó một số người nhóm hiệp lại với nhau để kêu cầu cùng Đức Chúa Trời.

Như Chúa Giê-su phán rằng "Nếu hai người trong các ngươi thuận ý nhau ở dưới đất" và "nơi nào có hai ba người nhân danh ta nhóm nhau lại," sự cầu nguyện hiệp một là nói sự cầu nguyện của nhiều người có chung một ý tưởng. Đức Chúa Trời cho chúng ta biết rằng, Ngài sẽ vui lòng nhậm lời cầu nguyện hiệp một và hứa ban cho chúng ta mọi sự chúng ta cầu xin Ngài, và khi có hai ba người nhân danh Ngài nhóm lại, thì Ngài ngự giữa họ.

Làm thế nào chúng ta có thể dâng vinh hiển cho Đức Chúa Trời với những sự đáp lời mà chúng ta nhận được khi cầu xin Chúa qua sự cầu nguyện hiệp một tại gia đình hay tại hội thánh, và tại nhóm tế bào của chúng ta? Chúng ta hãy đi sâu vào tầm quan trọng và những cách thức của sự cầu nguyện hiệp một để lấy quyền năng ấy làm linh lương hầu cho chúng ta có thể nhận lãnh từ Chúa bất kỳ điều gì khi chúng ta cầu nguyện cho vương quốc, sự công bình, và hội thánh của Ngài, để tôn vinh Ngài cách lớn lao.

2. Tầm Quan Trọng của Sự Cầu Nguyện Hiệp Một

Trong phần đầu của những câu nầy là những câu nền tảng của chương ấy, Đức Chúa Giê-su phán rằng, *"Ta lại nói cùng các ngươi, nếu hai người trong các ngươi thuận ý nhau ở dưới* đất mà cầu xin không cứ việc chi, thì Cha ta ở trên trời sẽ cho họ" (Ma-thi-ơ 18:19). Ở đây chúng ta thấy có một điều gì đó hơi khác thường. thay vì nói đến sự cầu nguyện của "một người," "ba người," hoặc "hay nhiều hơn hai người," tại sao Chúa Giê-su đã nói cách rõ ràng rằng "nếu hai người trong các ngươi thuận ý nhau ở dưới đất mà cầu xin không cứ việc chi" và đặt sự nhấn mạnh vào "hai" người?

"Hai người trong các ngươi" ở đây là thuật ngữ chỉ mối quan hệ, mỗi chúng ta "tôi" và những người còn lại. Nói cách khác, "hai người trong các ngươi" có thể nói đến một người, mười người, một trăm người, hay một ngàn người, thêm với một người.

Vậy, tầm quan trọng thuộc linh của "hai người trong các ngươi" là gì? Chúng ta có "chính mình" và Đức Thánh Linh ngự bên trong là Đấng có nhân cách. Như Rô-ma 8:26 có chép rằng, *"Cũng một lẽ ấy, Đức Thánh Linh giúp cho sự yếu đuối chúng ta. Vì chúng ta chẳng biết sự mình phải xin đặng cầu nguyện cho xứng đáng; nhưng chính Đức Thánh Linh lấy sự thở than không nói ra được mà cầu khẩn thay cho chúng ta,"* Chính Đức Thánh Linh là Đấng cầu thay cho chúng ta khiến lòng chúng ta trở nên đến thánh để Ngài ngự vào.

Chúng ta được ban cho quyền làm con cái Đức Chúa Trời khi mới tin Ngài và nhận Chúa Chúa Giê-su làm Cứu Chúa mình. Đức Thánh Linh đến và làm sống lại tâm linh đã chết vì cớ nguyên tội của chúng ta. Thế thì, trong mỗi một con cái của Đức Chúa Trời có tấm lòng của chính anh ta và tấm lòng của

Đức Thánh Linh với đặc tính riêng của Ngài.

"Hai người trên đất" nói đến lời cầu nguyện của tấm lòng chúng ta cùng với lời của tâm linh mình là lời cầu thay của Đức Thánh Linh (1 Cô-rinh-tô 14:15; Rô-ma 8:26). Nói rằng "hai người trong các ngươi thuận ý nhau ở dưới đất mà cầu xin không cứ việc chi" ý nói rằng hai lời cầu nguyện nầy được trình lên Chúa trong sự hiệp ý với nhau. Và lại khi Đức Thánh Linh hiệp với một người trong sự cầu nguyện, hoặc hai hay nhiều người trong sự cầu nguyện, ấy là nói đến "hai người trong các ngươi" thuận ý nhau ở dưới đất mà cầu xin không cứ việc chi.

Bởi việc nhớ đến tầm quan trọng của sự cầu nguyện hiệp ý, chúng ta phải kinh nghiệm sự làm trọn lời hứa mà Chúa đã phán rằng, *"Ta lại nói cùng các ngươi, nếu hai người trong các ngươi thuận ý nhau ở dưới đất mà cầu xin không cứ việc chi, thì Cha ta ở trên trời sẽ cho họ"* (Ma-thi-ơ 8:13).

3. Những Phương Pháp Cầu Nguyện Hiệp Ý

Đức Chúa Trời lấy làm đẹp lòng chấp nhận lời cầu nguyện hiệp ý, nên Ngài sẽ nhậm lời sự cầu xin ấy cách không chậm trễ, và bày tỏ công việc lớn lao của Ngài vì cớ người ta đồng lòng trong sự cầu nguyện.

Nếu Đức Thánh Linh và mỗi một chúng ta đồng tâm hiệp ý trong sự cầu nguyện, thì ấy chắc chắn sẽ là nguồn vui tràn đầy, bình an, và sự vinh hiển vô cùng của Đức Chúa Trời. Chúng ta sẽ có thể mang lại sự "đáp lời bằng lửa" để làm chứng về Đức Chúa Trời hằng sống một cách tỏ tường. Song, để trở nên "đồng lòng" là một công việc không dễ dàng, và khiến cho lòng chúng ta trở nên thuận hiệp mang một hàm ý vô cùng quan trọng.

Giả sử có một đầy tớ hầu việc hai chủ. Lẽ nào sự trung thành và lòng phục vụ của anh ta không vì thế mà bị chia cắt sao? Vấn đề sẽ trở nên nghiêm trọng hơn nếu hai chủ ấy có những tính cách và sở thích khác nhau.

Một lần nữa, giả sử có hai người đến cùng nhau để lập kế hoạch cho một sự kiện. Song, nếu họ không nhất trí với nhau mà thay vì cứ giữ lấy các quan điểm khác biệt của mình, chúng ta sẽ biết chắc rằng mọi sự sẽ xảy ra chẳng mấy tốt đẹp. Hơn nữa, nếu hai người làm việc riêng của mình với các mục tiêu khác nhau trong lòng, thì kế hoạch của họ nhìn bề ngoài có vẻ sẽ tốt đẹp, song kết quả sẽ không thể rõ ràng. Bởi vậy, khả năng để trở nên đồng một lòng dù là cầu nguyện một mình, hay với người khác, với hai hay nhiều người là bí quyết để nhận lãnh sự đáp lời của Đức Chúa Trời.

Làm thế nào để chúng ta có thể đồng lòng trong sự cầu nguyện?

Muốn cầu nguyện hiệp một chúng ta phải cầu nguyện trong sự soi dẫn của Đức Thánh Linh, chịu bắt phục bởi Đức Thánh Linh, hiệp một trong Đức Thánh Linh, và cầu nguyện trong

Đức Thánh Linh (Ê-phê-sô 6:18). Vì Đức Chúa Trời đã dùng Đức Thánh Linh để bày tỏ những sự đó cho chúng ta, vì Đức Thánh Linh dò xét mọi sự, cả đến sự sâu nhiệm của Đức Chúa Trời nữa (1 Cô-rinh-tô 2:10) và cầu thay cho chúng ta theo ý muốn của Đức Chúa Trời (Rô-ma 8:27). Khi cầu nguyện theo sự soi dẫn của Đức Thánh Linh, Đức Chúa Trời sẽ lấy làm đẹp lòng mà nhậm lời cầu nguyện của chúng ta, ban cho chúng ta mọi điều mình cầu xin, và ngay cả những điều lòng chúng ta ao ước cũng được làm thành.

Để cầu nguyện trong sự đầy trọn của Đức Thánh Linh, chúng ta phải tin Lời Đức Chúa Trời, không một chút nghi ngờ, làm theo lẽ thật, luôn vui mừng, cầu nguyện không thôi, dâng lời tạ ơn trong mọi hoàn cảnh. Chúng ta cũng phải kêu cầu Đức Chúa Trời tự đáy lòng mình. Khi chúng ta bày tỏ cùng Đức Chúa Trời loại đức tin có việc làm cặp theo và sự quặn thắt trong lời cầu nguyện, Đức Chúa Trời sẽ đẹp lòng và ban cho chúng ta sự vui mừng qua Đức Thánh Linh. Ấy là sự "đầy dẫy" và "được soi dẫn bởi" Đức Thánh Linh.

Một người mới tin hay những người không cầu nguyện thường xuyên, là những người chưa nhận được quyền năng của sự cầu nguyện, do vậy họ có xu hướng cảm thấy cầu nguyện trong sự hiệp ý là điều gay go và khó khăn. Nếu những người như vậy cố gắng cầu nguyện trong một giờ, họ cố gắng với đủ loại chủ đề cầu nguyện, song cũng không sao có thể cầu nguyện trọn một giờ. Họ trở nên mệt mỏi và kiệt sức, bồn chồn chờ đợi cho thời gian mau qua, và kết thúc trong lời cầu nguyện lẩm nhẩm. Sự cầu nguyện như vậy là "cầu nguyện của lý trí" là sự cầu nguyện mà Đức Chúa Trời không thể nhậm lời.

Đối với nhiều người, cho dù đã tham gia vào hội thánh hơn một thập niên, sự cầu nguyện của họ vẫn là sự cầu nguyện của lý trí. Hầu hết những người than phiền hay ngã lòng vì thiếu hay không thể nhận được sự đáp lời của Chúa, ấy là vì sự cầu nguyện của họ là sự cầu nguyện của lý trí. Nhưng điều nầy không thể nói rằng Đức Chúa Trời đã quay lưng trước lời cầu nguyện của họ. Đức Chúa Trời có nghe sự cầu nguyện họ, song Ngài không thể nhậm lời.

Cũng có một số người có thể hỏi rằng, "Phải chăng điều nầy có nghĩa rằng chúng ta chẳng có lý gì để cầu nguyện khi không có sự soi dẫn của Đức Thánh Linh? Tuy nhiên, chẳng hề là như vậy. Cho dù người ta chỉ cầu nguyện trong tư tưởng, khi siêng năng kêu cầu Đức Chúa Trời, thì các cánh cửa của sự cầu nguyện sẽ mở ra, và họ sẽ nhận lấy quyền năng cầu nguyện và bắt đầu cầu nguyện bằng tâm linh. Nếu không có sự cầu nguyện, các cánh cửa cầu nguyện sẽ chẳng thể được mở. Vì Đức Chúa Trời thậm chí lắng nghe lời cầu nguyện của tâm trí, một khi các cánh cửa cầu nguyện được mở ra, chúng ta sẽ hiệp một cùng Đức Thánh Linh, dẫn đến sự cầu nguyện bởi sự soi dẫn của Ngài, và sẽ nhận lãnh được điều mình đã từng cầu xin.

Giả sử có một người con chẳng làm hài lòng cha mình. Vì người con không thể có những việc làm để cha mình vui lòng, nên anh ta chẳng nhận được gì khi anh ta xin cha. Song, một ngày nọ, người con đã bắt đầu có những việc làm khiến cha mình vui lòng, và người cha cũng bắt đầu nhận thấy người con có tấm lòng giống mình. Bấy giờ, người cha có thể cư xử với con mình như thế nào? Hãy nhớ rằng mối quan hệ giữa họ chẳng còn như trước nữa. Người cha mong muốn trao cho con mình mọi thứ mà trước đây nó đã hỏi xin và người con sẽ nhận được những thứ mà trước đây mình đã xin.

Cũng giống như vậy, cho dù sự cầu nguyện của chúng ta ra từ ý tưởng của mình, khi mỗi ngày thêm nhiều, chúng ta sẽ nhận được quyền năng của sự cầu nguyện và sẽ đến với sự cầu nguyện đẹp ý Đức Chúa Trời khi các cánh cửa cầu nguyện được mở ra cho chúng ta. Chúng ta cũng sẽ nhận được những điều mình đã cầu xin trước đây và nhận ra rằng Ngài chẳng hề bỏ qua cho dù chỉ là điều nhỏ nhặt trong sự cầu nguyện của mình.

Và lại, khi cầu nguyện bởi tâm linh với sự đầy trọn của Đức Thánh Linh, chúng ta sẽ không mệt mỏi hay không chống nổi với sự buồn ngủ, hay những suy nghĩ của đời nầy, song cầu nguyện bởi đức tin trong sự vui mừng. Ấy là thế nào người ta có thể cầu nguyện trong sự hiệp một vì họ cầu nguyện bằng tâm linh và bởi tình yêu thương với đồng một tâm tình và ý chí.

Câu thứ hai trong phân đoạn nầy nói rằng, *"Vì nơi nào có hai ba người nhân danh ta nhóm nhau lại, thì ta ở giữa họ"* (Ma-thi-ơ 18:20). Khi người ta nhóm nhau lại để cầu nguyện trong danh Chúa Giê-su Christ, con cái Đức Chúa Trời là những kẻ đã nhận Đức Thánh Linh là những người đang cầu nguyện trong sự hiệp một, nên chắc hẳn Chúa đang ở giữa họ. Nói cách khác, khi có một nhóm người đã được nhận Đức Thánh Linh nhóm lại và cầu nguyện trong sự hiệp một, Chúa sẽ làm chủ trên tâm trí của mỗi người, hiệp nhất họ bởi Đức Thánh Linh, khiến họ trở nên đồng một tâm tình hầu cho lời cầu nguyện của họ sẽ làm Chúa đẹp lòng.

Tuy nhiên, nếu một nhóm nào đó không thể có đồng một tâm tình khi nhóm lại, thì cả nhóm không thể cầu nguyện trong sự hiệp một hay cầu nguyện tự đáy lòng của mỗi một người tham dự cho dù họ cầu nguyện cho những mục tiêu quen thuộc vì cớ tấm lòng của mỗi người tham dự trong nhóm không thuận hiệp nhau. Nếu lòng của những người đang có mặt không thể hiệp một, người chỉ đạo nên hướng dẫn họ ngợi khen và ăn năn hầu cho tấm lòng của những người nhóm lại có thể hiệp làm một trong Đức Thánh Linh.

Chúa chúng ta sẽ ở cùng những con người cầu nguyện khi họ hiệp một trong Đức Thánh Linh, khi Ngài làm chủ và dẫn dắt tấm lòng của mỗi người tham gia. Khi sự cầu nguyện của người ta không hiệp một, thì phải hiểu rằng Chúa không ở cùng những người như vậy.

Khi người ta trở nên một trong Đức Thánh Linh và cầu nguyện trong sự hiệp ý nhau, mỗi người sẽ cầu nguyện tự đáy lòng mình, được đầy dẫy Đức Thánh Linh, người họ toát mồ hôi, và tin chắc vào sự nhậm lời của Chúa về những điều họ cầu xin như ngọn lửa vui mừng cháy bùng từ nơi cao bao phủ họ. Chúa sẽ ở cùng những người cầu nguyện trong cung cách như vậy, và ấy chính là sự cầu nguyện đẹp ý Chúa.

Bởi sự cầu nguyện hiệp một trong sự đầy trọn của Đức Thánh Linh và tự đáy lòng của chúng ta, mỗi người sẽ nhận được mọi điều mình cầu xin trong sự cầu nguyện, và nhờ đó sẽ dâng vinh hiển lên cho Đức Chúa Trời mỗi khi nhóm lại với nhau tại nhóm tế bào, nhóm tư gia hay tại hội thánh.

Quyền Năng Lớn của Sự Cầu Nguyện Hiệp Một

Một trong những lợi thế của sự cầu nguyện hiệp một ấy là sự khác nhau về tốc độ mà người ta nhận được sự đáp lời từ Chúa và loại công chính mà người ta bày tỏ, bởi vì có sự khác biệt lớn về lượng của 30 phút cầu nguyện của một người cho một nhu cầu với 30 phút cầu nguyện của mười người với cùng một nhu cầu. Khi người ta cầu nguyện hiệp một và Đức Chúa Trời vui lòng nhậm lời cầu xin họ, người ta sẽ kinh nghiệm được sự bày tỏ không sao chối được về công việc của Đức Chúa Trời và quyền năng lớn của sự cầu nguyện họ.

Trong Công Vụ 1:12-15, chúng ta thấy rằng sau khi Chúa sống lại và thăng thiên về trời, thì có một nhóm người kể cả các môn đệ Ngài nhóm hiệp lại với nhau và cầu nguyện liên tục. Số lượng người trong nhóm ấy chừng khoảng một trăm hai mươi. Với hy vọng tha thiết được nhận lãnh Đức Thánh Linh như Chúa Giê-su đã hứa cùng họ, những người nầy đã nhóm lại hiệp lòng cầu nguyện cho đến ngày lễ Ngũ Tuần.

> *Đến ngày lễ Ngũ Tuần, môn đồ nhóm họp tại một chỗ. Thình lình có tiếng từ trời đến như tiếng gió thổi ào ào, đầy khắp nhà môn đồ ngồi. Các môn đồ thấy lưỡi rời rạc từng cái một, như lưỡi bằng lửa hiện ra, đậu trên mỗi người trong bọn mình. Hết thảy đều được đầy dẫy Đức Thánh Linh, khởi sự nói các thứ tiếng khác, theo như Đức Thánh Linh cho mình nói* (Công Vụ 2:1-4).

Thật kỳ diệu thay là công việc của Đức Chúa Trời! Khi họ đồng lòng cầu nguyện, mỗi người trong số một trăm hai mươi ấy đều nhận lãnh Đức Thánh Linh và khởi sự nói tiếng lạ. Các sứ đồ cũng nhận lấy quyền phép lớn từ Đức Chúa Trời, nhờ đó mà số người tin nhận Chúa Giê-su Christ qua sự tuyên giảng sứ điệp của Phi-e-rơ và được báp têm trong ngày ấy có độ ba ngàn người (Công Vụ 2:41). Khi có đủ thứ dấu kỳ phép lạ được bày tỏ qua các sứ đồ, số lượng tín hữu tăng lên trong mỗi ngày và đời sống của tín hữu cũng bắt đầu thay đổi (Công Vụ 2:43-47).

> *Khi chúng [các quan trưởng, các trưởng lão và các thầy thông giáo] thấy sự dạn dĩ của Phi-e-rơ và Giăng, biết rõ rằng ấy là người dốt nát không học, thì đều lấy làm lạ; lại biết hai người từng ở với Đức Chúa Giê-su. Nhưng vì thấy người được chữa lành*

đứng bên hai người, nên chúng không có lời gì để bẻ bác được hết (Công Vụ 4:13-14).

Bấy giờ, có nhiều phép lạ dấu kỳ được làm ra trong dân bởi tay các sứ đồ ; và các môn đồ đều hiệp một lòng nhóm nhau dưới hiên cửa Sa-lô-môn. Dầu vậy, chẳng một kẻ nào khác dám nhập bọn với môn đồ, nhưng dân chúng thì cả tiếng ngợi khen. Số những người tin Chúa càng ngày càng thêm lên, nam nữ đều đông lắm, đến nỗi người ta đem kẻ bịnh để ngoài đường, cho nằm trên giường nhỏ hoặc trên chõng, để khi Phi-e-rơ đi ngang qua, bóng người ít nữa cũng che được một vài người. Dân sự ở các thành lân cận cũng lũ lượt kéo tới thành Giê-ru-sa-lem, đem đến những người bị đau ốm và kẻ bị tà ma khuấy hại, thì hết thảy đều được chữa lành (Công Vụ 5:12-16).

Chính bởi quyền năng của sự cầu nguyện hiệp một đã khiến cho các sứ đồ giảng Lời chúa cách dạn dĩ, chữa lành người mù, người què, người đau yếu, khiến người chết sống lại, chữa lành đủ thứ bệnh tật, trục xuất nhiều ác linh.

Sau đây là một trần thuật về Phi-e-rơ là người đã bị hạ ngục trong thời vua Hê-rốt trị vì, đó thời kỳ được đánh dấu là sự bắt bớ những người theo đạo của Chúa ở mức độ lớn nhất. Công Vụ 12:5 có chép rằng, *"Vậy, Phi-e-rơ bị cầm trong khám, còn Hội thánh cứ cầu nguyện Đức Chúa Trời cho người luôn."* Phi-e-rơ đang mang hai xiềng, ngủ giữa hai tên lính, thì Hội thánh hiệp lòng cầu nguyện cho người. Sau khi nghe Hội thánh cầu nguyện, Đức Chúa Trời sai một thiên sứ đến giải cứu Phi-e-rơ.

Trong đêm rạng ngày mà Hê-rốt định bắt Phi-e-rơ ra hầu, người đang mang hai xiềng, ngủ giữa hai tên lính, và trước cửa có quân canh giữ ngục (Công Vụ 12:6). Song, Đức Chúa Trời đã bày tỏ quyền phép Ngài bằng cách tháo xiềng và khiến cho cửa sắt của ngục tù tự mở ra (Công Vụ 12:7-10). Trên đường đến nhà Ma-ri, mẹ của Giăng, cũng gọi là Mác, Phi-e-rơ thấy nơi đó có rất nhiều người đang nhóm lại cầu nguyện cho mình (Công Vụ 12:12). Một công việc lạ lùng như vậy là kết quả bởi quyền năng sự cầu nguyện hiệp một của hội thánh.

Tất cả những gì hội thánh đã làm cho Phi-e-rơ khi người bị hạ ngục ấy là hiệp lòng cầu nguyện. Cũng vậy, khi hội thánh gặp nan đề hay khi tín hữu bị đau ốm, thay vì đầu óc bị xâm chiếm bởi những lo lắng và bồn chồn, con cái Đức Chúa Trời trước hết phải tin rằng Ngài sẽ giải quyết mọi nan đề của họ, để rồi nhóm lại cùng nhau đồng tâm hiệp trí mà cầu nguyện.

Đức Chúa Trời hết lòng quan tâm đến sự cầu nguyện hiệp một của hội thánh, lấy làm đẹp ý với sự cầu nguyện hiệp một, và đáp lại sự cầu nguyện như vậy bằng những công việc kỳ diệu của Ngài. Chúng ta có thể hình dung Đức Chúa Trời đẹp lòng biết bao khi nhìn thấy con cái Ngài cầu nguyện trong sự hiệp một cho vương quốc và sự công chính của Ngài?

Khi được đầy dẫy Thánh Linh và cầu nguyện bởi tâm linh, nhóm lại hiệp ý nhau cầu nguyện, người ta sẽ kinh nghiệm được công việc lớn lao của Đức Chúa Trời. Họ sẽ nhận lấy quyền năng để sống bởi Lời Chúa, làm chứng về Đức Chúa Trời hằng sống theo như những gì mà các hội thánh đầu tiên và các sứ đồ đã làm, mở mang nước Đức Chúa Trời, và nhận được mọi thứ họ cầu xin.

Hãy tin vào lời hứa mà Đức Chúa Trời đã hứa cùng chúng ta rằng, Ngài sẽ đáp lời sự cầu xin của chúng ta khi chúng ta cầu nguyện trong sự hiệp một. Nguyện mỗi một anh chị em đều hiểu rõ tầm quan trọng của sự cầu nguyện hiệp một để sốt sắng nhóm lại cùng với những người cầu nguyện trong danh Chúa Giê-su Christ, hầu cho chúng ta sẽ kinh nghiệm được quyền năng lớn của sự cầu nguyện hiệp một, nhận lấy quyền phép của sự cầu nguyện, và trở thành một nhân sự quý báu để làm chứng về Đức Chúa Trời hằng sống. Trong danh Chúa của chúng ta, tôi dâng lời cầu nguyện!

Chương 7

Phải Cầu Nguyện Luôn, Chớ Hề Mỏi Mệt

Đức Chúa Giê-su phán cùng môn đồ một ví dụ, để tỏ ra rằng phải cầu nguyện luôn, chớ hề mỏi mệt, mà rằng,

"Trong thành kia, có một quan án không kính sợ Đức Chúa Trời, không vị nể ai hết. Trong thành đó cũng có một người đàn bà góa, cứ đến thưa quan rằng, 'Xin xét lẽ công bình cho tôi về kẻ nghịch cùng tôi.' Quan ấy từ chối đã lâu; nhưng kế đó, người tự nghĩ rằng, 'Dầu ta không kính sợ Đức Chúa Trời, không vị nể ai hết, song vì đàn bà góa nầy cứ quấy rầy ta, ta sẽ xét lẽ công bình cho nó, để nó không tới luôn làm nhức đầu ta.'"

Đoạn, Chúa phán thêm rằng, "Các ngươi có nghe lời quan án không công bình đó đã nói chăng? Vậy, có lẽ nào Đức Chúa Trời chẳng xét lẽ công bình cho những người đã được chọn, là kẻ đêm ngày kêu xin Ngài, mà lại chậm chạp đến cứu họ sao? Ta nói thật cùng các ngươi, Ngài sẽ vội vàng xét lẽ công bình cho họ."

Lu-ca 18:1-8

1. Dụ Ngôn về Bà Góa Bền Đỗ

Khi Chúa Giê-su giảng Đạo Chúa cho đám đông, Ngài chẳng hề giảng cho chúng mà không dùng thí dụ (Mác 4:33-34). "Dụ Ngôn về Bà Góa Bền Đỗ" là phân đoạn khai sáng cho chúng ta về tầm quan trọng của sự cầu nguyện bền đỗ, làm thế nào để chúng ta cầu nguyện luôn mà không mệt mỏi.

Chúng ta cầu nguyện bền đỗ như thế nào để được Chúa nhậm lời? Chúng ta có nên nghỉ ngơi trong lúc cầu nguyện hay bỏ cuộc vì Chúa chưa nhậm lời cầu nguyện mình?

Trong cuộc sống có vô vàn những nan đề và vấn đề lớn nhỏ. Khi chúng ta giảng phúc âm và nói cho người ta biết về Đức Chúa Trời hằng sống, một số tìm kiếm Chúa bắt đầu đi đến hội thánh để giải quyết những nan đề của họ, và những người khác chỉ đến để tìm sự yên ủi cho lòng mình.

Không kể đến lý do mà người ta bắt đầu đi đến hội thánh là gì, khi họ thờ phượng Đức Chúa Trời và tin nhận Đức Chúa Giê-su Christ, thì biết được rằng với tư cách là con cái của Đức Chúa Trời, họ có thể nhận được mọi thứ mình cầu xin và được biến đổi thành con người tin kính.

Do vậy, hết thảy con cái Đức Chúa Trời phải học biết lời Ngài để qua đó biết được loại cầu nguyện đẹp ý Ngài, phải biết cầu nguyện cho phải lẽ, có được đức tin để cầu nguyện bền đỗ cho đến khi nhận sự đáp lời của Đức Chúa Trời. Ấy là tại sao những người có đức tin nhận thức được tầm quan trọng của sự cầu nguyện và cầu nguyện cách thường xuyên. Họ không phạm đến tội chẳng cầu nguyện cho dù sự cầu xin của họ không được nhậm lời ngay. Thay vì bỏ cuộc, họ cầu nguyện càng thêm sốt sắng hơn.

Chỉ bởi đức tin như vậy, chúng ta mới có thể nhận lãnh được sự đáp lời của Chúa và dâng vinh hiển lên Ngài. Song, cho dù nhiều người tự xưng mình là tín đồ, thật hiếm thấy ai có đức tin lớn như vậy. Ấy là điều khiến Chúa Giê-su xót xa mà rằng, *"Song, khi Con người đến, há sẽ thấy đức tin trên mặt đất chăng?"* (Lu-ca 18:1-8)

Trong một thành kia có một quan án không công bình là kẻ mà bà góa nọ cứ liên tục đến nài xin, "Xin xét lẽ công bình cho tôi về kẻ nghịch cùng tôi." Quan án thối nát nầy mong có một của đút lót nào đó, song bà góa tội nghiệp kia chẳng hề biếu cho ông ta một vật gì để tỏ lòng cảm kích của mình đối cùng người. Song, bà ta cứ đi đến mà nài xin và quan án cứ từ chối luôn thỉnh cầu của bà. Rồi một ngày nọ, lòng ông ta đã phải thay đổi. Chúng ta có biết tại sao chăng? Hãy nghe những gì chính vị quan án không công bình ấy tự nhủ:

"Dầu ta không kính sợ Đức Chúa Trời, không vị nể ai hết, song vì đàn bà góa nầy cứ quấy rầy ta, ta sẽ xét lẽ công bình cho nó, để nó không tới luôn làm nhức đầu ta!" (Lu-ca 18:4-5)

Vì bà góa ấy chẳng bao giờ bỏ cuộc mà cứ đi đến gặp ông để

đưa ra thỉnh cầu của mình, cho dù là một quan án xấu xa cũng không thể chịu nổi với mong muốn của bà góa nọ khi bà cứ đến quấy rầy ông luôn.

Chúa Giê-su đã dùng phần cuối của dụ ngôn để trao cho chúng ta một bí quyết để nhận được sự đáp lời của Chúa, Ngài kết luận rằng, *"Các ngươi có nghe lời quan án không công bình đó đã nói chăng? Vậy, có lẽ nào Đức Chúa Trời chẳng xét lẽ công bình cho những người đã được chọn, là kẻ đêm ngày kêu xin Ngài, mà lại chậm chạp đến cứu họ sao? Ta nói thật cùng các ngươi, Ngài sẽ vội vàng xét lẽ công bình cho họ"* (Câu 6-8).

Nếu một quan án xấu xa còn biết lắng nghe lời cầu khẩn của một bà góa, thì chẳng vì cớ gì mà Đức Chúa Trời công chính lại không đáp lời kêu cầu của con cái Ngài? Nếu họ thệ ước sẽ nhận sự đáp lời cho một nan đề cụ thể nào đó, kiêng ăn, thức suốt đêm, và quặn thắt trong sự cầu nguyện, làm thế nào mà Đức Chúa Trời lại không vội vàng đáp lời cầu xin họ? Tôi tin chắc rằng nhiều người trong anh chị em đã nghe có những trường hợp người ta nhận được sự đáp lời của Chúa ngay trong khi cầu nguyện thệ ước.

Thi Thiên 50:15 Đức Chúa Trời phán cùng chúng ta rằng, *"Trong ngày gian truân hãy kêu cầu cùng ta; ta sẽ giải cứu ngươi, và ngươi sẽ ngợi khen ta."* Nói cách khác, Đức Chúa Trời có ý khiến cho chúng ta tôn vinh Ngài bằng cách nhậm lời cầu xin của chúng ta. Chúa Giê-su nhắc nhở chúng ta trong

Ma-thi-ơ 7:11, *"Vậy nếu các ngươi vốn là xấu, còn biết cho con cái mình vật tốt thay, huống chi Cha các ngươi ở trên trời lại chẳng ban các vật tốt cho những người xin Ngài sao!"* Làm thế nào mà Đức Chúa Trời là Đấng không tiếc và đã ban Con một của mình để chịu chết trên thập tự vì chúng ta, lại chẳng nhậm lời cầu xin của những con cái yêu dấu của Ngài sao? Đức Chúa Trời mong muốn nhanh chóng đáp lời cầu xin của con cái mình là những người yêu mến Ngài.

Song, tại sao có nhiều người nói rằng cho dù tôi cầu nguyện mà chẳng được Ngài nhậm? Lời Chúa phán cách rõ ràng cùng chúng ta trong Ma-thi-ơ 7:7-8 rằng, *"Hãy xin, sẽ được; hãy tìm sẽ gặp; hãy gõ cửa, sẽ mở cho. Bởi vì, hễ ai xin thì được, ai tìm thì gặp, ai gõ cửa thì được mở."* Ấy là tại sao sự cầu nguyện của chúng ta mà không được nhậm là điều không thể. Song, Đức Chúa Trời không thể đáp lời cầu nguyện của chúng ta vì cớ bức tường ngăn cản chúng ta đến với Ngài, vì cớ chúng ta chưa cầu nguyện đủ, hay vì cớ chưa đến kỳ chúng ta nhận lãnh sự đáp lời của Ngài.

Chúng ta phải cầu nguyện luôn và không bỏ cuộc vì khi chúng ta bền lòng giữ sự cầu nguyện bởi đức tin, Đức Thánh Linh sẽ phá đổ bức tường ngăn cách chúng ta với Đức Chúa Trời và mở đường đến với sự nhậm lời của Chúa qua sự ăn năn. Khi sự cầu nguyện của chúng ta dường như đủ trước mặt Đức Chúa Trời, chắc chắn Ngài sẽ đáp lời chúng ta.

Lu-ca 11:5-8, một lần nữa Chúa Giê-su khuyên dạy chúng ta

về sự bền đỗ và nài xin:

> *Nếu một người trong các ngươi có bạn hữu, nửa đêm đến nói rằng: Bạn ơi, cho tôi mượn ba cái bánh. Vì người bạn tôi đi đường mới tới, tôi không có chi đãi người. Nếu người kia ở trong nhà trả lời rằng: Đừng khuấy rối tôi, cửa đóng rồi, con cái và tôi đã đi ngủ, không dậy được mà lấy bánh cho anh. Ta nói cùng các ngươi, dầu người ấy không chịu dậy cho bánh vì là bạn mình, nhưng vì cớ người kia làm rộn, sẽ dậy và cho người đủ sự cần dùng.*

Đức Chúa Giê-su dạy chúng ta rằng Đức Chúa Trời chẳng hề từ chối sự cầu xin của con cái mình. Khi cầu nguyện Đức Chúa Trời, chúng ta phải vững lòng cầu nguyện cách dạn dĩ. Ấy chẳng phải là chúng ta ra lệnh mà bèn là cầu nguyện và cầu xin với lòng tin chắc bởi đức tin. Kinh Thánh nói rất nhiều về những tổ phụ đức tin đã nhận được sự đáp lời bởi sự cầu nguyện như vậy.

Sau khi Gia-cốp vật lộn với một thiên sứ bên rạch Gia-bốc cho đến rạng đông, người đã cầu nguyện cách tha thiết và cầu xin sự ban phước cách cương quyết rằng, *"Tôi chẳng cho người đi đâu nếu người không ban phước cho tôi"* (Sáng Thế Ký 32:26), và Đức Chúa Trời đã hứa ban phước cho người. Từ đó Gia-cốp được gọi là "Y-sơ-ra-ên" và trở thành tổ phụ của dân tộc Y-sơ-ra-ên.

Ma-thi-ơ 15 có chép về một người đàn bà Ca-na-an có con gái bị quỉ ám, lần đầu đến với Chúa Giê-su bà kêu rằng, *"Lạy Chúa, là con cháu vua Đa-vít, xin thương xót tôi cùng! Con gái tôi mắc quỉ ám khốn cực lắm."* Nhưng Ngài chẳng đáp một lời (Ma-thi-ơ 15:22-23). Khi người đàn bà ấy đến lần thứ hai, quỳ xuống trước Ngài và cầu xin, Chúa Giê-su chỉ đáp rằng, *"Ta chịu sai đến đây, chỉ vì các con chiên lạc mất của nhà Y-sơ-ra-ên đó thôi,"* và từ chối lời cầu xin của người đàn bà ấy (Ma-thi-ơ 15:25-26). Khi bà ta nài xin Chúa Giê-su thêm một lần nữa, *"Lạy Chúa, thật như vậy, song mấy con chó con ăn những miếng bánh vụn trên bàn chủ nó rơi xuống,"* bấy giờ Chúa Giê-su phán cùng người đàn bà ấy rằng, *"Hỡi đàn bà kia, ngươi có đức tin lớn, việc phải xảy ra theo ý ngươi muốn"* (Ma-thi-ơ 15:27-28).

Tương tự, chúng ta phải đi theo dấu chân của những tổ phụ đức tin mình theo như Lời Chúa và cầu nguyện luôn. Chúng ta hãy cầu nguyện bởi đức tin với lòng tin chắc và nóng cháy. Bởi đức tin nơi Đức Chúa Trời là Đấng cho phép chúng ta gặt hái khi đúng kỳ, chúng ta phải trở nên môn đệ thật của Đấng Christ trong đời sống cầu nguyện chẳng hề bỏ cuộc.

2. Tại Sao Chúng Ta Phải Cầu Nguyện Luôn

Cũng giống như con người không thể duy trì được sự sống nếu không thở, con cái Đức Chúa Trời là những kẻ đã nhận lãnh Đức Thánh Linh cũng không thể đến được với sự sống đời đời nếu không cầu nguyện. Cầu nguyện là thưa chuyện với Đức Chúa Trời hằng sống và là hơi thở thuộc linh của chúng ta. Nếu con cái của Đức Chúa Trời, là những kẻ đã nhận lãnh Đức Thánh Linh, không thông giao với Ngài, thì họ sẽ dập tắt lửa Thánh Linh và do vậy không thể bước đi trên con đường sự sống mà phải đi sai lệch vào đường chết, và cuối cùng thì chẳng đến được với sự cứu rỗi.

Song, vì sự cầu nguyện thiết lập mối thông giao với Đức Chúa Trời, chúng ta sẽ đến với sự cứu rỗi khi chúng ta nghe tiếng phán của Đức Thánh Linh để học biết và sống theo ý muốn của Đức Chúa Trời. Cho dù nan đề có đến trên con đường chúng ta, Đức Chúa Trời sẽ chỉ lối để chúng ta tránh khỏi. Ngài cũng sẽ khiến cho mọi sự đều ích lợi và phước hạnh cho chúng ta. Bởi sự cầu nguyện, chúng ta cũng sẽ kinh nghiệm được quyền phép của Đức Chúa Trời toàn năng là Đấng thêm sức để chúng ta có thể đương đầu và chiến thắng kẻ thù là ma quỉ, để dâng vinh hiển lên cho Ngài với đức tin vững vàng của mình là đức tin có thể khiến điều không thể thành có thể.

Do đó, Kinh Thánh truyền dạy chúng ta rằng, hãy cầu nguyện không thôi (1 Tê-sa-lô-ni-ca 5:17) và ấy là *"Ý muốn của Đức Chúa Trời"* (1 Tê-sa-lô-ni-ca 5:18). Đức Chúa Giê-su đã nêu cho chúng ta một tấm gương cầu nguyện xứng đáng bởi sự cầu nguyện thường xuyên theo ý muốn của Đức Chúa Trời trong mọi lúc và mọi nơi. Ngài cầu nguyện trong nơi đồng vắng, trên núi, và nhiều nơi khác, và cầu nguyện lúc sáng sớm và lúc ban đêm.

Bằng cách cầu nguyện thường xuyên, những tổ phụ đức tin của chúng ta đã có thể sống theo ý muốn của Đức Chúa Trời. Tiên Tri Sa-mu-ên nói rằng, *"Còn ta đây cũng chẳng phạm tội cùng Đức Giê-hô-va mà thôi cầu nguyện cho các ngươi. Ta sẽ dạy các ngươi biết con đường lành và ngay"* (1 Sa-mu-ên 12:23). Cầu nguyện là ý muốn và là mạng lệnh của Đức Chúa Trời; Sa-mu-ên cho chúng ta biết rằng việc thôi cầu nguyện là sự cấu thành tội phạm.

Khi chúng ta không cầu nguyện hay nghỉ ngơi trong đời sống cầu nguyện, những ý tưởng thuộc đời nầy sẽ thâm nhập vào đầu óc chúng ta làm cản trở chúng ta sống theo ý muốn của Đức Chúa Trời, để rồi chúng ta phải đối mặt với nhiều tai họa vì chúng ta không được Chúa che chở. Do đó, khi sa vào chước cám dỗ, người ta thường lẩm bẩm chống nghịch Đức Chúa Trời hay ngày càng đi sai lệch khỏi đường lối của Ngài.

Vì vậy, 1 Phi-e-rơ 5:8-9 nhắc nhở chúng ta rằng, *"Hãy tiết độ và tỉnh thức; kẻ thù nghịch anh em là ma quỉ, như sư tử rống, đi rình mò chung quanh anh em, tìm kiếm người nào có thể nuốt được. Hãy đứng vững trong đức tin mà chống cự nó, vì biết rằng anh em mình ở rải khắp thế gian, cũng đồng chịu hoạn nạn như mình"* và khuyên giục chúng ta hãy cầu nguyện luôn. Chúng ta hãy không những chỉ cầu nguyện khi gặp nan đề mà bền là cầu nguyện luôn, hầu cho chúng ta sẽ là những con cái được phước của Đức Chúa Trời và mọi sự chúng ta làm đều được phước.

3. Khi Đến Kỳ Chúng Ta Sẽ Gặt

Ga-la-ti 6:9 có chép, *"Chớ mệt nhọc về sự làm lành, vì nếu chúng ta không trễ nải, thì đến kỳ, chúng ta sẽ gặt."* Sự cầu nguyện cũng giống như vậy. Khi chúng ta cầu nguyện luôn theo ý muốn của Đức Chúa Trời không hề mệt mỏi, thì đến kỳ chúng ta sẽ gặt hái thành quả.

Nếu người nông dân trở nên nôn nóng ngay sau khi gieo hạt mà đào hột giống ấy lên khỏi đất, hay nếu anh ta không chăm sóc cho cây non vừa mới mọc và chờ đợi, thì việc cố gắng gặt hái thành quả sẽ là gì? Cho đến chừng lời cầu nguyện của chúng ta đặc nhậm, sự bền lòng và tận hiến là rất cần thiết.

Vả lại, thời hạn của vụ mùa thay đổi tùy theo mỗi loại giống được gieo. Một số kết trái trong một vài tháng, trong khi đó có những giống phải mất hết cả năm. Các loại rau và ngũ cốc được thu hoạch dễ dàng hơn so với táo hay những loại thảo dược quý hiếm như củ nhân sâm. Để thu được những vụ mùa càng quý báu và đắc giá, chúng ta càng đầu tư nhiều thời gian và sự tận hiến hơn.

Chúng ta phải nhận biết rằng đối với những nan đề càng lớn và càng nghiêm trọng, thì càng đòi hỏi nhiều sự cầu nguyện hơn. Khi Tiên Tri Đa-ni-ên thấy sự hiện thấy có liên quan đến tương lai của Y-sơ-ra-ên, thì than khóc trong ba tuần và cầu nguyện, Đức Chúa Trời đã nghe lời cầu nguyện của Đa-ni-ên ngay trong ngày đầu và có sai một thiên sứ xuống để bảo cho người hiểu rõ về sự ấy (Đa-ni-ên 10:12). Dẫu vậy, vì vua chốn không trung đã chống cự thiên sứ đó trong hai mươi mốt ngày, đến ngày cuối thì thiên sứ ấy mới có thể đến được với Đa-ni-ên, và chỉ khi đó Đa-ni-ên mới hiểu rõ được (Đa-ni-ên 10:13-14).

Điều gì đã xảy ra nếu như Đa-ni-ên đã bỏ cuộc mà không cầu nguyện nữa? Cho dù người trở nên buồn rầu và mệt mỏi sau sự hiện thấy, Đa-ni-ên cứ vẫn tiếp tục cầu nguyện cho đến khi người nhận được sự đáp lời từ Chúa.

Khi chúng ta bền lòng mà cầu nguyện bởi đức tin cho đến khi được Ngài nhậm lời, Đức Chúa Trời sẽ ban cho chúng một kẻ vùa giúp để dẫn chúng ta đến với sự đáp lời của Ngài. Vì thế vị thiên sứ được Chúa sai đến với Đa-ni-ên để tỏ về sự hiện thấy đã nói cùng người rằng, *"Song hoàng tử nước Ba-tư đã ngăn trở ta trong hai mươi mốt ngày; cho đến khi Mi-ca-ên, một trong các thiên sứ trưởng, đến giúp đỡ ta, vì ta đã bị kẹt tại đấy, trong vương quốc Ba-tư. Bây giờ ta đến để bảo cho ngươi hiểu sự sẽ xảy đến cho dân ngươi trong những ngày sau rốt; vì sự hiện thấy nầy chỉ về những ngày ấy"* (Đa-ni-ên 10:13-14).

Chúng ta cầu nguyện cho những nan đề nào? Phải chăng lời cầu nguyện của chúng ta có thể đến được với ngai của Đức Chúa Trời? Để hiểu được khải tượng mà Đức Chúa Trời đã tỏ cho người, Đa-ni-ên quyết định hạ mình, người chẳng ăn bánh ngon, thịt và rượu chẳng vào miệng người, người cũng chẳng xức dầu chi hết cho đến chừng ba tuần đã mãn (Đa-niên 10:3). Khi đa-ni-ên đã hạ mình trong ba tuần để dâng lời cầu nguyện thệ nguyện, Đức Chúa Trời đã nghe và đáp lời ngay trong ngày đầu.

Ở đây chúng ta chú ý đến sự kiện rằng trong khi Đức Chúa Trời nghe và đáp lời cầu nguyện của Tiên Tri ngay trong ngày đầu, song phải mất hết ba tuần để sự đáp lời ấy đến được với Đa-ni-ên. Nhiều người, khi đối diện với nan đề nghiêm trọng, thử cầu nguyện một vài ngày rồi vội bỏ cuộc. Việc làm như vậy chứng tỏ đức tin của họ quá ít.

Điều cần nhất trong thế hệ chúng ta ngày nay ấy là tấm lòng chỉ tin cậy Đức Chúa Trời là Đấng chắc chắn sẽ đáp lời cầu nguyện mình để chúng ta bền đỗ mà cầu nguyện, bất chấp thời gian cho đến chừng nào được Chúa nhậm lời. Làm thế nào để chúng ta có thể nhận được sự đáp lời của Đức Chúa Trời nếu không có sự bền đỗ?

Đức Chúa Trời là Đấng tùy thời ban cho mưa mùa thu và mưa mùa xuân, và giữ đúng thì cho mùa gặt (Giê-rê-mi 5:24). Bởi cớ đó Chúa Giê-su phán bảo cùng chúng ta rằng, *"Bởi vậy ta nói cùng các ngươi; mọi điều các ngươi xin trong lúc cầu nguyện, hãy tin đã được, tất điều đó sẽ ban cho các ngươi"* (Mác 11:24). Vì Đa-ni-ên tin Đức Chúa Trời là Đấng đáp lời sự cầu nguyện, người đã bền lòng mà cầu nguyện luôn cho đến chừng được Ngài nhậm lời.

Kinh Thánh cho chúng ta biết rằng, *"Đức tin là sự biết chắc vững vàng của những điều mình đương trông mong, là bằng cớ những điều mình chẳng xem thấy"* (Hê-bơ-rơ 11:1). Nếu có người nào bỏ cuộc trong sự cầu nguyện vì cớ chưa nhận được sự đáp lời của Đức Chúa Trời, người ấy không được nghĩ rằng mình có đức tin, còn không phải vậy thì hẳn anh ta sẽ được Chúa đáp lời. Nếu có đức tin thật, anh ta sẽ chẳng nhìn vào những hoàn cảnh hiện tại, mà thay vì cầu nguyện liên tục và không bỏ cuộc. Ấy là vì anh ta tin rằng Đức Chúa Trời là Đấng khiến cho chúng ta gặt những gì mình gieo và trả lại cho chúng ta tùy vào việc chúng ta đã làm, chắc chắn sự cầu nguyện của anh ta sẽ được nhậm.

Như Ê-phê-sô 5:7-8 có chép, *"Vậy, chớ có thông đồng điều chi với họ hết. Vì lúc trước anh em đương còn tối tăm, nhưng bây giờ đã nên ánh sáng trong Chúa; hãy sống như con cái của sự Sáng."* Nguyện mỗi một anh chị em đều có được đức tin thật, bền đỗ trong sự cầu nguyện với Đức Chúa Trời toàn năng, và nhận được mọi sự mình cầu xin trong sự cầu nguyện, và có đời sống tràn đầy phước hạnh từ nơi Chúa. Trong danh Đức Chúa Giê-su Christ của chúng ta, tôi xin dâng lời cầu nguyện!

Tác Giả:
Tiến Sĩ Jaerock Lee

Tiến Sĩ Jaerock Lee sinh trưởng tại Muan, tỉnh phận Jeonnam, Cộng Hòa Nhân Dân Triều Tiên, năm 1943. Những năm tháng của tuổi hai mươi, Mục sư Lee đã phải trải qua rất nhiều căn bệnh nan y, trong bảy năm trường đầy tuyệt vọng, vô phương cứu chữa, ông chỉ còn biết chờ chết. Một ngày kia, vào mùa xuân 1974, được chị gái đưa đến nhà thờ, khi quỳ xuống cầu nguyện, Đức Chúa Trời hằng sống đã chữa lành mọi bệnh tật ông ngay tức khắc.

Qua kinh nghiệm kỳ diệu đó, Mục sư Lee đã gặp được Đức Chúa Trời hằng sống, ông đã dâng trọn tấm lòng thành kính lên Ngài, năm 1978, ông được kêu gọi bước vào con đường hầu việc Đức Chúa Trời. Ông hết lòng cầu nguyện để hiểu rõ ý muốn Ngài và hoàn thành sứ mạng một cách tốt nhất, ông vâng phục tất cả các mạng lệnh. Năm 1982, ông sáng lập Hội Thánh Manmin Joong-ang tại Seoul, Hàn Quốc, tại đây nhiều công việc của Chúa kể cả những phép lạ chữa lành, những dấu lạ đã và đang xảy ra đến mức không kể xiết.

Năm 1986, Mục sư Lee được thụ phong tại Hội Thánh Annual Assembly Jesus Sungkyul Hàn Quốc, bốn năm sau, 1990, những bài giảng luận của ông bắt đầu được phát sóng bởi Tập Đoàn Phát Thanh Viễn Đông, Đài Phát Thanh Á Châu, và Hệ thống Truyền thanh Cơ Đốc Nhân Washington, Úc, Nga, Philipines, và nhiều quốc gia khác.

Ba năm sau, 1993, Hội Thánh Manmin Joong-ang được tạp chí *Cơ Đốc Nhân Thế Giới* (US) tuyển chọn, xếp vào "50 Hội Thánh Hàng Đầu Thế Giới" và ông nhận học vị Tiến Sĩ Danh Dự Thần Học của Trường Đại Học Niềm Tin Cơ Đốc Nhân, Florida, USA, năm 1996, nhận học vị Tiến sĩ Mục Vụ tại Trường Thần Học Kingsway, Iowa, USA.

Kể từ năm 1993, Mục sư Lee đã bước vào sứ mạng truyền giáo Toàn cầu qua nhiều chiến dịch hải ngoại tại Hoa Kỳ, Tanzania, Argentina, L.A., Baltimore City, Hawaii, and New York City of the USA Uganda, Japan, Pakistan, Kenya, Philipines, Honduras, India, Russia, Germany, Peru, Cộng Hòa Dân Nhân Dân Công Gô, và Y-sơ-ra-ên và Estonia.

Năm 2002, ông được tờ báo chuyên đề Cơ Đốc Nhân Hàn Quốc gọi là

"Nhà phục hưng toàn cầu" vì chức vụ đầy quyền năng của ông trong nhiều chiến dịch hải ngoại. Đặc biệt, 'Chiến Dịch New York 2006' của ông được tổ chức tại Madison Square Garden, đấu trường nổi tiếng nhất thế giới, đã được phát sóng đến 220 quốc gia, và trong 'Chiến Dịch Liên Hiệp Y-sơ-ra-ên 2009' của ông được tổ chức tại Trung Tâm Hội Nghị Quốc Tế tại Giê-ru-sa-lem, ông đã dạn dĩ công bố Đức Chúa Giê-su Christ là Đấng Mê-si-a và là Đấng Cứu Thế. Bài giảng của ông được phát đến 176 quốc gia qua vệ tinh kể cả GCN TV và ông đã được liệt vào một trong mười lãnh đạo Cơ Đốc có ảnh hưởng nhất của năm 2009 và 2010 bởi một tạp chí Cơ Đốc nổi tiếng của Nga và một cơ quan *Báo Điện Tử Cơ Đốc* vì chức vụ đầy quyền năng của ông được phát sóng qua vô tuyến truyền hình và mục vụ đối với hội thánh hải ngoại của ông.

Trong tháng 7 năm 2018, Hội Thánh Trung Tâm Manmin có đến hơn 130.000 thành viên. Có 11.000 hội thánh thành viên trên toàn cầu kể cả 56 hội thánh thành viên trong nước, cho đến nay có hơn 100 giáo sĩ đã làm công tác truyền giáo đến 26 quốc gia, bao gồm Hoa Kỳ, Nga, Đức, Ca-na-da, Nhật, Trung Quốc, Pháp, Ấn Độ, Kenya, và nhiều quốc gia khác.

Cho đến ngày xuất bản sách này, Tiến Sĩ Lee đã viết được 108 cuốn sách, trong đó có những cuốn rất được ưa chuộng như, *Ném Trải Cuộc Sống Đời Đời Trước Khi Chết*, *Đời Tôi và Niềm Tin I & II*, *Sứ Điệp Thập Tự Giá*, *Tầm Thước Đức Tin*, *Thiên Đàng I & II*, *Địa Ngục*, và *Quyền Năng Đức Chúa Trời*. Những tác phẩm của ông đã được phiên dịch trên 76 ngôn ngữ khác nhau.

Các mục báo Cơ Đốc của ông xuất hiện trên *The Hankook Ilbo*, *The JoongAng Daily*, *The Dong-A Ilbo*, *The Seoul Shinmun*, *The Kyunghyang Shinmun*, *The Hankyoreh Shinmun*, *The Korea Economic Daily*, *The Shisa News*, và *The Christian Press*.

Tiến Sĩ Lee hiện nay là lãnh đạo của nhiều tổ chức truyền giáo và hiệp hội, bao gồm: Chủ Tọa Liên Hiệp Hội Thánh Phúc Âm Đấng Christ; Nhà Sáng Lập & Ban Chủ Tọa Mạng Lưới Cơ Đốc Nhân Toàn Cầu (GCN), Mạng Lưới Bác Sĩ Cơ Đốc Nhân Toàn Cầu (WCDN), và Trường Thần Học Quốc Tế Manmin (MIS).

Những sách khác đầy quyền năng cùng tác giả

Thiên Đàng I & II

Một bản phát thảo chi tiết về một môi trường sống huy hoàng tráng lệ mà những công dân thiên đàng sẽ vui sống và một sự mô tả tuyệt vời về những cấp độ khác nhau của các vương quốc thiên đàng.

Sứ Điệp Thập Tự Giá

Một sứ điệp thức tỉnh đầy quyền năng dành cho những ai đang trong tình trạng ngủ mê thuộc linh! Qua sách nầy chúng ta sẽ nhận biết được lý do tại sao Giê-su là Cứu Chúa duy nhất và tình yêu chân thật của Đức Chúa Trời.

Địa Ngục

Một sứ sứ điệp tha thiết nhất gởi đến toàn nhân loại từ Đức Chúa Trời, Đấng không muốn một linh hồn nào vực sâu địa ngục! chúng ta sẽ khám phá một điều chưa từng được biết về thực tế thảm khốc của Hạ Tầng Âm Phủ và địa ngục.

Linh, Hồn, và Thân Thể I & II

Sách kim chỉ nam đem lại cho chúng ta sự hiểu biết thuộc linh về linh, hồn, và thân thể, đồng thời giúp chúng ta nhận biết được 'bản ngã' mình hầu cho chúng ta có được quyền năng đánh bại thế lực tối tăm và trở nên con người thuộc linh.

Tầm Thước Đức Tin

Nơi ở và vương miện nào trên thiên đàng đang chờ chúng ta? Sách nầy cung cấp cho chúng ta sự khôn ngoan và hướng dẫn chúng ta phương cách để có thể biết được lượng đức tin của mình và trưởng dưỡng lượng đức tin ấy một cách tốt nhất và trưởng thành nhất.

Thức Tỉnh Y-sơ-ra-ên

Tại sao Đức Chúa Trời luôn đoái xem đến Y-sơ-ra-ên từ buổi sáng thế cho đến ngày nay? Ơn phước nào đã được sắm sẵn cho Y-sơ-ra-ên, kẻ đang chờ đợi Đấng Mê-si-a, trong những ngày sau cuối?

Đời Tôi và Niềm Tin I & II

Một mùi hương thiêng liêng tuyệt vời nhất qua đời sống của Dr. Jaerock Lee được chiết xuất từ tình yêu của Đức Chúa Trời được trổ hoa trong giữa đợt sóng đen tối, ách lạnh lùng và những thất vọng khó lường nhất.

Quyền Năng Đức Chúa Trời

Một cuốn sách nhất thiết phải đọc, nó như một sự hướng dẫn cần thiết để qua đó người ta có thể có được đức tin thật và kinh nghiệm về quyền năng kỳ diệu của Đức Chúa Trời.

www.urimbooks.com

Printed in the USA
CPSIA information can be obtained
at www.ICGtesting.com
LVHW091509240624
783873LV00011B/631